PINAKAMAHUSAY PRANSES ÉCLAIRS GABAY

Ang Iyong Kumpletong Gabay sa Paggawa ng mga Pranses Éclair sa Bahay

Amparo Fernandez

Copyright Material ©2024

Lahat ng Karapatan ay Nakalaan

Walang bahagi ng aklat na ito ang maaaring gamitin o ipadala sa anumang anyo o sa anumang paraan nang walang wastong nakasulat na pahintulot ng publisher at may-ari ng copyright, maliban sa mga maikling sipi na ginamit sa isang pagsusuri. Ang aklat na ito ay hindi dapat ituring na kapalit ng medikal, legal, o iba pang propesyonal na payo.

TALAAN NG MGA NILALAMAN

TALAAN NG NILALAMAN 3
PANIMULA 7
MGA MIRROR GLAZED ECLAIRS 8
    1. Mirror Glazed Eggnog Eclairs 9
    2. Galaxy Mirror Glazed White Chocolate Eclairs 13
    3. Makukulay na Eclair na may Mirror Glaze at Sand Crumb ...17
    4. Mirror Glazed White Chocolate Eclairs 21
    5. Eclairs na may Pink Mirror Glaze 25
    6. Chocolate Hazelnut Mirror Glazed Eclairs 28
    7. Raspberry Lemon Mirror Glazed Eclairs 31
    8. Coffee Caramel Mirror Glazed Eclairs 34
    9. Matcha White Chocolate Mirror Glazed Eclairs 37

CHOCOLATE ECLAIRS 40
    10. Caramel Chocolate Eclairs 41
    11. Chocolate Eclairs na may Custard Filling 43
    12. Chocolate Grand Marnier Eclairs 46
    13. Frozen Chocolate Mint Eclairs 50
    14. Mini Chocolate Éclairs 54
    15. Jello Vanilla Pudding Eclairs 56
    16. Cookies at Cream Éclairs 59
    17. Chocolate Hazelnut Eclairs 62
    18. Mint Chocolate Eclairs 65
    19. White Chocolate Raspberry Eclairs 68
    20. Dark Chocolate Orange Eclairs 71
    21. Spicy Mexican Chocolate Eclairs 74
    22. Hazelnut Praline Chocolate Eclairs 77
    23. Crème Brûlée Chocolate Éclairs 80
    24. Gluten-Free Chocolate Eclairs 83
    25. Chocolate & Salted Caramel Éclairs 86
    26. Praline-Filled Chocolate Éclairs 89
    27. Chocolate Pistachio Éclairs 92
    28. Chocolate Mousse Éclairs 95

FRUITY ECLAIRS 98

29. Raspberry-Peach Mousse Eclairs 99
30. Orange Eclairs 103
31. Passion Fruit Eclairs 107
32. Whole Wheat Fruity Eclairs 110
33. Passion Fruit at Raspberry Éclairs 113
34. Strawberries at Cream Eclairs 117
35. Mixed Berry Eclairs 120
36. Raspberry at Lemon Meringue Eclairs 124
37. Raspberry at Milk Chocolate Eclairs 128
38. Red Velvet Chocolate Raspberry Eclairs 131
39. Banana Cream Pie Eclairs 134
40. Strawberry Cream Éclairs 137
41. Mango Passionfruit Éclairs 140
42. Lemon Blueberry Éclairs 143
43. Raspberry Almond Éclairs 146
44. Pineapple Coconut Éclairs 149
45. Pinaghalong Berry at Lemon Zest Éclairs 152
46. Peach Ginger Éclairs 155
47. Blackberry Lemon Éclairs 158
48. Kiwi Coconut Éclairs 161

NUTTY ECLAIRS 164

49. Chocolate Almond Macaroon Eclairs 165
50. Pistachio Lemon Éclairs 168
51. Maple Glazed Eclairs na Nilagyan ng Nuts 173
52. Raspberry Pistachio Eclair 176
53. Chocolate and Hazelnut Eclairs 179
54. Peanut Butter Chocolate Eclairs 182
55. Almond Praline Éclairs 185
56. Walnut Maple Éclairs 188
57. Pistachio Rose Éclairs 191
58. Pecan Caramel Éclairs 194
59. Macadamia White Chocolate Éclairs 197

MGA ECLAIR NG SPICED 200

60. Maple Pumpkin Eclairs 201

61. Cinnamon Spice Éclairs 204
62. Cardamom Éclairs 207
63. Gingerbread Éclairs 210
64. Nutmeg Infusion Éclairs 213
65. Chai Latte Éclairs 216
66. Spiced Orange Zest Éclairs 219

CANDY ECLAIRS 222

67. Peanut Butter Cup Eclair 223
68. Salted Caramel Eclairs 227
69. S'mores Éclairs 231
70. Peppermint Eclairs 234
71. Toffee Crunch Éclairs 237
72. Cotton Candy Éclairs 240
73. Rocky Road Éclairs 243
74. Bubblegum Éclairs 246
75. Sour Patch Citrus Éclairs 249
76. Licorice Lovers Éclairs 252

MGA ECLAIR NA LABAS NG KAPE 255

77. Cappuccino Eclairs 256
78. Tiramisu Eclairs 258
79. Mocha Eclairs 261
80. Espresso Bean Crunch Éclairs 264
81. Irish Coffee Éclairs 267
82. Vanilla Latte Éclairs 270
83. Caramel Macchiato Éclairs 273
84. Hazelnut Coffee Éclairs 276

CHEESY ECLAIRS 279

85. Blueberry Cheesecake Éclair 280
86. Gouda Glazed Eclairs 283
87. Raspberry Swirl Cheesecake Eclairs 286
88. Chocolate Marble Cheesecake Eclairs 289
89. Salted Caramel Cheesecake Eclair 292
90. Pistachio Praline Cheesecake Eclairs 295
91. Coconut Cream Cheesecake Eclairs 298

- 92. Strawberry Cheesecake Eclairs 301
- 93. Lemon Cheesecake Eclairs 304

ECLAIR INSPIRED RECIPES 307

- 94. Banana eclair croissant 308
- 95. Cream Puffs at Éclairs Ring Cake 310
- 96. Chocolate Almond Croissant Éclairs 313
- 97. Chocolate Éclair Bars 316
- 98. Chocolate Eclair Cake 318
- 99. Pistachio Rose Éclair Cake 320
- 100. Maple Bacon Éclair Bites 323

KONKLUSYON 326

PANIMULA

Bienvenue sa "PINAKAMAHUSAY PRANSES ÉCLAIRS GABAY," ang iyong komprehensibong paglalakbay sa sining ng paggawa ng mga katangi-tanging French éclair sa ginhawa ng iyong sariling kusina. Ang gabay na ito ay isang pagdiriwang ng maselan, pagiging perpekto ng pastry na ang éclair—isang quintessential French treat na nakakabighani sa kanyang kagandahan at indulhensiya. Samahan kami sa isang culinary adventure na nagbubukas ng mga sikreto sa paglikha ng mga iconic na pastry na ito at dinadala ang pagiging sopistikado ng French patisserie sa iyong tahanan.

Isipin ang isang kusina na puno ng nakakaakit na aroma ng mga bagong lutong éclair, ang bulong ng malutong na pastry, at ang pag-asam ng masarap na palaman. Ang "PINAKAMAHUSAY PRANSES ÉCLAIRS GABAY" ay hindi lamang isang set ng mga recipe; ito ay isang paglalakbay sa mundo ng choux pastry mastery, decadent fillings, at ang pinong sining ng glazing. Isa ka mang baker o masigasig na lutuin sa bahay, ang mga recipe at diskarteng ito ay ginawa para gabayan ka sa sunud-sunod na proseso ng paglikha ng mga tunay na French éclair.

Mula sa mga klasikong éclair ng tsokolate hanggang sa mga variation na puno ng prutas, at mula sa silky pastry cream fillings hanggang sa glossy glazes, ang bawat recipe ay isang pagdiriwang ng versatility at sophistication na inaalok ng éclairs. Nagho-host ka man ng isang espesyal na okasyon o naghahangad lang ng kakaibang kagandahan ng Paris, ang gabay na ito ay ang iyong pasaporte sa pagkamit ng mga éclair na may kalidad ng panaderya sa iyong sariling kusina. Samahan kami habang tinutuklasan namin ang mga masalimuot ng paggawa ng éclair, kung saan ang bawat paglikha ay isang patunay sa katumpakan, lasa, at pagkapino na tumutukoy sa mga iconic na pastry na ito. Kaya, isuot ang iyong apron, yakapin ang sining ng choux, at magsimula tayo sa isang culinary journey sa pamamagitan ng "PINAKAMAHUSAY PRANSES ÉCLAIRS GABAY."

MIRROR GLAZED ECLAIRS

1. Mirror Glazed Eggnog Eclairs

MGA INGREDIENTS:
EGGNOG MOUSSE:
- 100 g ng gatas
- ½ vanilla bean
- 3 pula ng itlog
- 40g ng asukal
- 3 ½ sheet (6g) gelatin
- 150g eggnog
- 200g whipped cream
- Mga maitim na tsokolate na malutong na perlas (hal., Valrhona[1])

SHORTCRUS:
- 125g mantikilya
- 85g asukal sa pulbos
- 35 g ng mga almendras
- 42g pinalo na itlog (1 maliit na itlog)
- 210g uri ng harina 550
- 1 pakurot ng asin

GANACHE:
- 65g cream
- 40g couverture 70%[1], tinadtad o callets
- 26g couverture 55%[1], tinadtad o mga callets
- 120g malamig na cream

GLOSS GLAZE:
- 190 g cream
- 200g ng asukal
- 70g ng tubig
- 80 g glucose syrup
- 80g dark baking cocoa
- 6 na sheet (16g) gelatin

ASSEMBLY:
- Maitim at tansong malulutong na perlas

MGA TAGUBILIN:
EGGNOG MOUSSE:
a) Ibabad ang gelatin sa malamig na tubig.
b) Sa isang maliit na kasirola, magdala ng gatas na may hating vanilla pod sa pigsa.
c) Sa isang hiwalay na mangkok, paghaluin ang mga pula ng itlog sa asukal, pagkatapos ay idagdag ang mainit na vanilla milk habang hinahalo.
d) Ibuhos muli ang timpla sa palayok at init sa 82-85 degrees Celsius habang hinahalo.
e) Alisin mula sa init at i-dissolve ang babad na gelatin sa cream, pagkatapos ay ihalo ang eggnog.
f) Salain ang timpla at tiklupin ang whipped cream.
g) Punan ang isang disposable piping bag ng eggnog mousse at putulin ang isang maliit na tip.
h) Punan sa kalahati ang sampung recess ng Fashion Eclairs mold ng mousse, magdagdag ng chocolate crunchy pearls at takpan ng isa pang layer ng mousse.
i) Pakinisin ito at i-freeze, na sakop ng foil.

SHORTCRUS:
j) Paghaluin ang pulbos na asukal at mantikilya hanggang mag-atas.
k) Magdagdag ng mga giniling na almendras, asin, at harina, pagkatapos ay masahin ang pinalo na itlog upang bumuo ng isang makinis na masa.
l) Hugis ang kuwarta sa isang brick, balutin ito sa cling film, at palamigin ng 1 oras.
m) Painitin muna ang oven sa 180°C.
n) Igulong ang kuwarta sa ibabaw na may harina hanggang 3mm ang kapal at gupitin ang sampung makitid at sampung lapad na piraso gamit ang kasamang pamutol mula sa Fashion Eclairs mold.
o) Ilagay ang mga strips sa isang baking tray na nilagyan ng baking paper at i-bake hanggang golden brown (mga 12 minuto).
p) Itago ang crispy shortcrust pastry strips sa isang metal na lata ng biskwit hanggang sa susunod na araw.

GANACHE:
q) Pakuluan ang 65g ng cream at ibuhos ito sa makinis na tinadtad na chocolate coating (o mga callet).
r) Hayaang tumayo ito ng isang minuto, pagkatapos ay i-emulsify gamit ang isang hand blender.
s) Idagdag ang malamig na cream at haluing mabuti.
t) Takpan ang ibabaw ng ganache ng foil at palamigin magdamag.

GLOSS GLAZE:
u) Ibabad ang gelatin.
v) Sa isang kasirola, dalhin ang asukal, tubig, at glucose syrup sa 103 degrees Celsius.
w) Ihalo ang cream at sifted cocoa.
x) I-dissolve ang binabad na gelatine sa glaze at timpla ito gamit ang isang hand blender.
y) Ibuhos ang glaze sa pamamagitan ng isang salaan, takpan ng foil, at palamigin magdamag.

ASSEMBLY:
z) Painitin ang chocolate glaze hanggang sa matunaw.
aa) Alisin ang mga eclair mula sa silicone mold at ilagay ang mga ito sa isang rack sa ibabaw ng pinggan.
bb) Ibuhos ang tsokolate mirror glaze sa ibabaw ng mga eclair, tiyaking ganap na natatakpan ang mga ito.
cc) Gumamit ng mga toothpick upang maingat na ilagay ang mga ito sa malalawak na piraso ng shortcrust pastry.
dd) I-whip ang ganache at i-pipe ang maliliit na tuldok papunta sa eclairs.
ee) Palamutihan ng malutong na perlas.
ff) Ihain kaagad pagkatapos ma-defrost.

2. Galaxy Mirror Glazed White Chocolate Eclairs

MGA INGREDIENTS:
PARA SA ECLAIR SHELLS:
- 150ml na tubig
- 75g unsalted butter
- ¼ kutsarita ng asin
- 150g all-purpose na harina
- 4 malalaking itlog

PARA SA GALAXY MIRROR GLAZE:
- 8 sheet (16g) gelatin
- 200g puting tsokolate, tinadtad
- 200ml matamis na condensed milk
- 300g granulated sugar
- 150ml na tubig
- 150ml mabigat na cream
- Gel na pangkulay ng pagkain (asul, lila, rosas, at itim)

MGA TAGUBILIN:
PARA SA ECLAIR SHELLS:

a) Painitin muna ang iyong oven sa 200°C (390°F) at lagyan ng parchment paper ang isang baking sheet.

b) Sa isang kasirola, pagsamahin ang tubig, mantikilya, at asin. Init sa katamtamang apoy hanggang sa matunaw ang mantikilya at kumulo ang timpla.

c) Idagdag ang harina nang sabay-sabay at pukawin nang masigla gamit ang isang kahoy na kutsara hanggang ang timpla ay bumuo ng isang bola at humila palayo sa mga gilid ng kawali. Ito ay dapat tumagal ng mga 1-2 minuto.

d) Ilipat ang kuwarta sa isang mangkok ng paghahalo at hayaan itong lumamig ng ilang minuto.

e) Idagdag ang mga itlog, isa-isa, ihalo nang mabuti pagkatapos ng bawat karagdagan. Ang kuwarta ay dapat na makinis at makintab.

f) Ilipat ang kuwarta sa isang piping bag na nilagyan ng malaking bilog na dulo.

g) I-pipe ang 4-5 inch long strips sa inihandang baking sheet, na nag-iiwan ng sapat na espasyo sa pagitan ng mga ito para sa pagpapalawak.

h) Maghurno sa preheated oven sa loob ng 25-30 minuto o hanggang ang mga eclair ay puffed up at ginintuang kayumanggi.
i) Alisin mula sa oven at hayaang ganap na lumamig sa isang wire rack.

PARA SA GALAXY MIRROR GLAZE:

j) Ibabad ang gelatin sheet sa malamig na tubig hanggang lumambot.
k) Sa isang mangkok na hindi tinatablan ng init, ilagay ang tinadtad na puting tsokolate at matamis na condensed milk. Itabi.
l) Sa isang kasirola, pagsamahin ang butil na asukal, tubig, at mabigat na cream. Init sa katamtamang apoy, haluin hanggang ang asukal ay ganap na matunaw at ang timpla ay kumulo.
m) Alisin ang kasirola mula sa apoy at idagdag ang pinalambot na gelatin sheet. Haluin hanggang ang gulaman ay ganap na matunaw.
n) Ibuhos ang mainit na cream mixture sa puting tsokolate at condensed milk. Hayaang umupo ng isang minuto upang matunaw ang tsokolate, pagkatapos ay haluin hanggang sa makinis at maayos na pinagsama.
o) Hatiin ang glaze sa ilang mangkok at kulayan ang bawat isa ng iba't ibang kulay ng gel na pagkain (asul, lila, rosas, at itim) upang lumikha ng epekto ng kalawakan. Gumamit ng toothpick upang paikutin ang mga kulay sa bawat mangkok.
p) Hayaang lumamig ang glaze sa humigit-kumulang 30-35°C (86-95°F) bago gamitin.

ASSEMBLY:

q) Kapag lumamig na ang mga eclair, gumamit ng maliit na bilog na dulo upang gumawa ng tatlong butas sa ilalim ng bawat eclair.
r) Punan ang mga eclair ng iyong piniling pagpuno. Maaari kang gumamit ng whipped cream, pastry cream, o kumbinasyon ng pareho.
s) Isawsaw ang tuktok ng bawat eclair sa galaxy mirror glaze, na nagpapahintulot sa anumang labis na tumulo.

t) Ilagay ang glazed eclairs sa isang wire rack upang itakda, at ang glaze ay lilikha ng magandang galaxy effect habang tumutulo ito pababa.
u) Hayaang ganap na itakda ang glaze.
v) Ihain at tangkilikin ang iyong nakamamanghang Galaxy Mirror Glazed White Chocolate Eclairs!

3. Mga Makukulay na Eclair na may Mirror Glaze at Sand Crumb

MGA INGREDIENTS:
PARA SA CHOUX PASTRY:
- 8 onsa ng tubig
- 4 ounces unsalted butter
- ½ kutsarita ng kosher na asin
- 1 kutsarang butil na puting asukal
- 5 onsa na sinala ng harina ng tinapay
- 1 kutsarita opsyonal na vanilla extract
- 4 malalaking itlog
- Pangkulay ng pagkain ng gel (iba't ibang kulay)

PARA SA ECLAIR FILLING(PUMILI 1):
- 1 ½ batch ng Vanilla Pastry Cream
- 1 ½ batch ng Chocolate Pastry Cream

PARA SA MIRROR GLAZE:
- 12 ounces puting tsokolate chips
- 6 ounces mabigat na cream
- Pangkulay ng pagkain ng gel (iba't ibang kulay)

PARA SA SAND CRUMB:
- ½ tasa ng graham cracker crumbs
- 2 kutsarang butil na asukal
- 2 kutsarang unsalted butter (natunaw)

MGA TAGUBILIN:
CHOUX PASTRY:

a) Sa isang kasirola, pagsamahin ang tubig, mantikilya, asin, at asukal. Init sa katamtamang apoy hanggang sa matunaw ang mantikilya at kumulo ang timpla.

b) Alisin ang kasirola mula sa init, magdagdag ng sifted bread flour, at mabilis na haluin hanggang ang timpla ay bumuo ng isang makinis na bola ng kuwarta.

c) Hayaang lumamig nang bahagya ang kuwarta, pagkatapos ay idagdag ang mga itlog nang paisa-isa, haluing mabuti pagkatapos ng bawat karagdagan. Ang kuwarta ay dapat na makinis at makintab.

d) Hatiin ang choux pastry sa magkakahiwalay na mangkok para sa bawat kulay na gusto mong gamitin. Magdagdag ng ilang patak ng gel food coloring sa bawat mangkok at paghaluin hanggang sa makuha mo ang iyong ninanais na mga kulay.

e) Painitin muna ang iyong oven sa 400°F (200°C). Iguhit ang isang baking sheet na may parchment paper.

f) I-pipe ang may kulay na choux pastry sa mga eclair sa inihandang baking sheet. Maaari kang gumamit ng pastry bag o Ziploc bag na may naputol na sulok.

g) Maghurno ng 15 minuto sa 400°F (200°C), pagkatapos ay bawasan ang temperatura sa 350°F (180°C) at maghurno para sa karagdagang 20-25 minuto, o hanggang sa maging golden brown at puffed up ang mga eclair. Huwag buksan ang oven sa panahon ng pagluluto.

ECLAIR FILLING:

h) Maghanda ng Vanilla Pastry Cream o Chocolate Pastry Cream ayon sa iyong kagustuhan.

MIRROR GLAZE:

i) Ilagay ang puting chocolate chips sa isang mangkok na hindi tinatablan ng init.

j) Sa isang kasirola, init ang mabigat na cream hanggang sa magsimula itong kumulo. Ibuhos ang mainit na cream sa puting tsokolate chips at hayaan itong umupo ng isang minuto. Haluin hanggang sa tuluyang matunaw ang tsokolate at maging makinis ang timpla.

k) Hatiin ang glaze sa magkakahiwalay na mangkok at magdagdag ng pangkulay ng gel na pagkain sa bawat mangkok upang makuha ang ninanais na mga kulay.

MUMO NG BUHANGIN:

l) Sa isang maliit na mangkok, paghaluin ang graham cracker crumbs at granulated sugar.

m) Magdagdag ng tinunaw na unsalted butter sa pinaghalong at haluin hanggang sa maayos na pinagsama.

ASSEMBLY:

n) Kapag ang mga eclair ay lumamig, hatiin ang mga ito sa kalahati nang pahalang.

o) Punan ang bawat eclair ng iyong napiling pastry cream filling.

p) Isawsaw ang tuktok ng bawat eclair sa may kulay na salamin glaze, na nagpapahintulot sa anumang labis na tumulo.

q) Iwiwisik ang pinaghalong mumo ng buhangin sa ibabaw ng makintab na tuktok ng mga eclair para sa karagdagang texture at dekorasyon.
r) Hayaang mag-set ang mirror glaze ng ilang minuto, at ang iyong Colorful Eclairs na may Mirror Glaze at Sand Crumb ay handa nang ihain!
s) Tangkilikin ang iyong masarap at makulay na mga eclair!

4. Mirror Glazed White Chocolate Eclairs

MGA INGREDIENTS:
PARA SA PASTRY CREAM:
- 4 na pula ng itlog
- 380 gramo ng buong gatas (1 ¾ tasa)
- 100 gramo ng asukal
- 2 kutsarang corn starch
- 2 kutsarang all-purpose na harina
- 1 kutsarita vanilla extract (o 1 vanilla bean)
- Tilamsik ng cognac o rum
- ½ tasang heavy cream (para sa paghagupit)

PARA SA CHOUX PASTRY:
- 120 gramo ng buong gatas (½ tasa)
- 120 gramo ng tubig (½ tasa)
- 120 gramo ng mantikilya (8½ kutsarang mantikilya)
- 145 gramo ng tinapay o high-gluten na harina (1 tasa)
- 6 gramo ng asin (0.2 ounces, 1 antas na kutsarang kosher salt)
- Mga 6 buong malalaking itlog

PARA SA GLAZE:
- 200 gramo ng puting tsokolate
- Opsyonal na pangkulay ng pagkain

MGA TAGUBILIN:
IHANDA ANG PASTRY CREAM:
a) I-cream ang mga pula ng itlog na may asukal hanggang sa magaan at malambot.
b) Ihalo ang cornstarch at harina.
c) Init ang gatas at vanilla sa isang kasirola hanggang sa magsimulang kumulo.
d) Idagdag ang ⅓ ng gatas sa mga pula ng itlog upang huminahon. Haluin at magdagdag ng isa pang ⅓ ng gatas. Pagkatapos ay idagdag ang huling ⅓.
e) Ibalik ang likidong gatas + yolks sa kasirola at init hanggang sa lumapot ang cream.
f) Alisin mula sa kawali sa isang mangkok at palamigin ang pastry cream sa isang ice bath o sa refrigerator.
g) Habang lumalamig ang pastry cream, hagupitin ang mabigat na cream hanggang sa tumigas. Kapag lumamig na ang pastry

cream, tiklupin sa kalahati ang whipped cream hanggang sa pagsamahin na lang. Pagkatapos ay tiklupin ang natitirang kalahati.

IHANDA ANG CHUX:
h) Init ang gatas, tubig, asin, at mantikilya hanggang sa umuusok na lang.
i) Idagdag ang lahat ng harina nang sabay-sabay at ihalo upang pagsamahin ang lahat ng mga sangkap. Ipagpatuloy ang pagluluto nang humigit-kumulang 1 minuto upang maalis ang labis na kahalumigmigan.
j) Ilipat ang masa na ito sa isang mangkok. Maghintay ng ilang minuto para lumamig bago idagdag ang mga itlog.
k) Paggawa nang paisa-isa, idagdag ang bawat itlog sa kuwarta at talunin upang ganap na maisama. Kapag ang kuwarta ay malasutla at nahulog mula sa kutsara sa ilalim ng timbang nito, alisin ito sa mangkok at ilagay ito sa isang piping bag.
l) Gamit ang silicone mat o parchment paper sa iyong kawali, i-pipe ang 6-inch (15 cm) strands. Panatilihing manipis ang mga ito dahil sila ay pumuputok habang nagluluto.
m) Maghurno sa 360°F (182°C) nang humigit-kumulang 30-35 minuto hanggang maging pantay na kayumanggi ang choux at bahagyang malutong. Ilagay ang mga ito sa isang cooling rack upang palamig.

IHANDA ANG GLAZE:
n) Matunaw ang puting tsokolate gamit ang double boiler o microwave sa loob ng 30 segundong pagsabog. Ang pag-tempera ng tsokolate ay hindi kailangan dito. Panatilihin itong mainit hanggang handa na para sa glazing.
o) Punan ang Choux:
p) Gamit ang toothpick, gumawa ng dalawang butas sa tuktok ng mga eclair sa magkabilang dulo.
q) Ipasok ang dulo at dahan-dahang pisilin hanggang sa makita mo ang pastry cream na umabot sa kabilang panig. Linisan ang mga gilid ng anumang labis.
r) Pakinisin at Tapusin ang **ECLAIRS:**

s) Isawsaw ang bawat napunong eclair sa glaze upang ito ay ganap na masakop ang tuktok na kalahati. Gamitin ang iyong daliri upang linisin ang anumang mga di-kasakdalan.
t) Para sa isang may guhit na epekto, mabilis na i-pipe ang tinunaw na tsokolate.
u) I-enjoy ang custard goodness sa loob ilang sandali matapos mapuno. Habang sila ay tatagal ng ilang araw sa refrigerator, sila ay magiging malambot at basa.

5.Eclairs na may Pink Mirror Glaze

MGA INGREDIENTS:
PARA SA CHOUX PASTRY:
- 8 onsa ng tubig
- 4 ounces unsalted butter
- ½ kutsarita ng kosher na asin
- 1 kutsarang butil na puting asukal
- 5 ounces sifted bread flour (o all-purpose flour)
- 1 kutsarita vanilla extract
- 8 ounces na itlog (humigit-kumulang 4 na malalaking itlog)
- Pangkulay ng pink na gel ng pagkain

PARA SA ECLAIR FILLING:
- Vanilla pastry cream (maaari kang gumamit ng pre-made mix)

PARA SA PINK MIRROR GLAZE:
- 12 ounces puting tsokolate chips
- 6 ounces mabigat na cream
- Pangkulay ng pink na gel ng pagkain

PARA SA DEKORasyon:
- Mga pinagahit ng niyog
- Mga sariwang raspberry

MGA TAGUBILIN:
Ihanda ang CHOUX PASTRY:
a) Sa isang kasirola, pagsamahin ang tubig, unsalted butter, kosher salt, at butil na puting asukal. Init sa medium-high heat hanggang sa kumulo ang timpla at ganap na matunaw ang mantikilya.

b) Bawasan ang init sa mababang at magdagdag ng sifted bread flour (o all-purpose flour) nang sabay-sabay. Gumalaw nang malakas gamit ang isang kahoy na kutsara hanggang ang masa ay bumuo ng isang bola at humila mula sa mga gilid ng kawali.

c) Alisin mula sa init at hayaan itong lumamig ng ilang minuto.

d) Dahan-dahang idagdag ang mga itlog, isa-isa, haluing mabuti pagkatapos ng bawat karagdagan. Tiyakin na ang bawat itlog ay ganap na pinagsama bago idagdag ang susunod.

e) Haluin ang vanilla extract at ilang patak ng pink gel food coloring para makuha ang ninanais na kulay pink.

PIPE AT IBAKE ANG ECLAIRS:
f) Painitin muna ang iyong oven sa 375°F (190°C) at lagyan ng parchment paper ang isang baking sheet.
g) Ilipat ang choux pastry dough sa isang pastry bag na nilagyan ng malaking bilog na dulo.
h) Pipe éclair shapes papunta sa parchment paper, nag-iiwan ng ilang espasyo sa pagitan ng bawat isa.
i) Maghurno sa preheated oven para sa mga 25-30 minuto, o hanggang sa ang mga eclair ay maging ginintuang kayumanggi at puffed up.
j) Alisin mula sa oven at hayaan silang ganap na lumamig.

PUNUAN ANG MGA ECLAIR:
k) Kapag ang mga eclair ay pinalamig, hiwain ang mga ito nang pahalang.
l) Punan ang bawat eclair ng vanilla pastry cream gamit ang piping bag o kutsara.

IHANDA ANG PINK MIRROR GLAZE:
m) Sa isang mangkok na ligtas sa microwave, pagsamahin ang puting tsokolate chips at mabigat na cream. Microwave sa loob ng 30 segundong pagitan, hinahalo pagkatapos ng bawat pagitan, hanggang sa makinis ang timpla at ganap na matunaw ang tsokolate.
n) Haluin ang kulay rosas na gel na pangkulay ng pagkain hanggang sa makuha mo ang ninanais na lilim ng rosas.

GLAZE ANG ECLAIRS:
o) Isawsaw ang tuktok ng bawat eclair sa pink mirror glaze, na nagpapahintulot sa anumang labis na glaze na tumulo.
p) Ilagay ang glazed eclairs sa isang wire rack upang itakda.
q) Habang ang glaze ay medyo malagkit pa, iwisik ang coconut shavings sa ibabaw ng eclairs.
r) Maglagay ng sariwang raspberry sa ibabaw ng bawat eclair.
s) Hayaang ganap na itakda ang glaze bago ihain. I-enjoy ang iyong masarap na Eclairs na may Pink Mirror Glaze!

6. Chocolate Hazelnut Mirror Glazed Eclairs

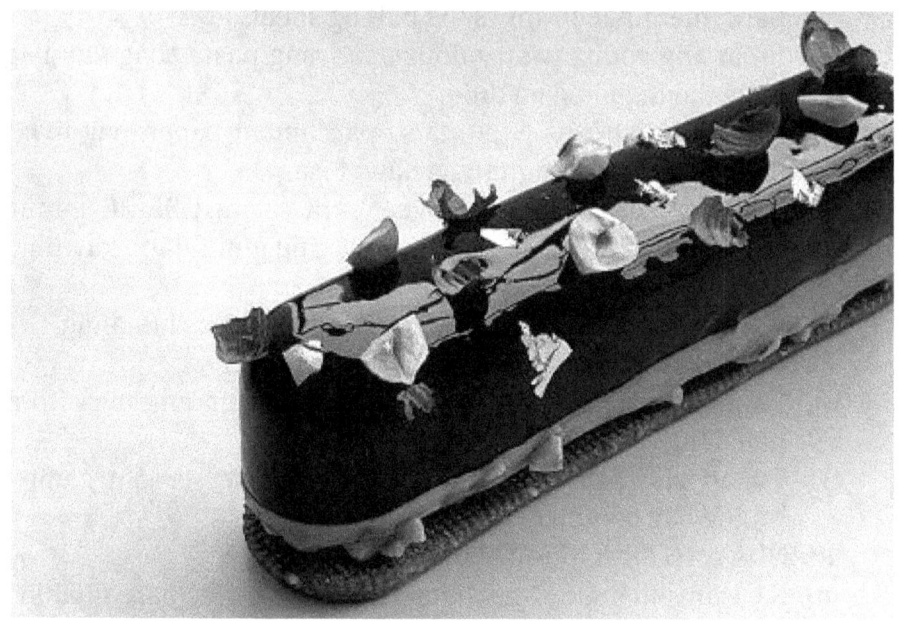

MGA INGREDIENTS:
PARA SA CHOUX PASTRY:
- 1 tasang tubig
- 1/2 tasa unsalted butter
- 1 tasang all-purpose na harina
- 4 malalaking itlog

PARA SA PAGPUPUNO:
- 2 tasang pastry cream
- 1/2 tasa ng Nutella

PARA SA CHOCOLATE HAZELNUT MIRROR GLAZE:
- 1/2 tasa ng tubig
- 1 tasa ng butil na asukal
- 1/2 tasa ng matamis na condensed milk
- 1 1/2 tasa ng maitim na tsokolate, tinadtad
- 1/4 tasa ng hazelnuts, tinadtad (para sa dekorasyon)

MGA TAGUBILIN:
CHOUX PASTRY:
a) Sa isang kasirola, pagsamahin ang tubig at mantikilya. Pakuluan.
b) Magdagdag ng harina at pukawin nang masigla hanggang sa maging bola ang timpla. Alisan sa init.
c) Hayaang lumamig nang bahagya ang kuwarta, pagkatapos ay magdagdag ng mga itlog nang paisa-isa, haluing mabuti pagkatapos ng bawat karagdagan.
d) Ilipat ang kuwarta sa isang piping bag at pipe eclairs sa isang baking sheet.
e) Maghurno sa isang preheated oven sa 375°F (190°C) sa loob ng 25-30 minuto o hanggang sa ginintuang kayumanggi.

PAGPUPUNO:
f) Kapag ang mga eclair ay lumamig, gupitin ang mga ito sa kalahati nang pahalang.
g) Paghaluin ang Nutella sa pastry cream hanggang sa mahusay na pinagsama.
h) Punan ang bawat eclair ng chocolate hazelnut filling gamit ang piping bag o kutsara.

CHOCOLATE HAZELNUT MIRROR GLAZE:
i) Sa isang kasirola, pagsamahin ang tubig, asukal, at matamis na condensed milk. Dalhin sa kumulo.
j) Alisin mula sa init at idagdag ang maitim na tsokolate. Haluin hanggang makinis.
k) Hayaang lumamig ang glaze sa 90-95°F (32-35°C).

ASSEMBLY:
l) Maglagay ng wire rack sa ibabaw ng baking sheet upang mahuli ang labis na glaze.
m) Isawsaw ang tuktok ng bawat eclair sa chocolate hazelnut mirror glaze, na tinitiyak ang pantay na patong.
n) Hayaang tumulo ang labis na glaze, pagkatapos ay ilipat ang mga eclair sa wire rack.
o) Budburan ang mga tinadtad na hazelnut sa ibabaw para sa dekorasyon.
p) Hayaang itakda ang glaze nang mga 15 minuto bago ihain.
q) I-enjoy ang iyong indulgent na Chocolate Hazelnut Mirror Glazed Eclairs!

7. Raspberry Lemon Mirror Glazed Eclairs

MGA INGREDIENTS:
PARA SA CHOUX PASTRY:
- 1 tasang tubig
- 1/2 tasa unsalted butter
- 1 tasang all-purpose na harina
- 4 malalaking itlog

PARA SA PAGPUPUNO:
- 2 tasang pastry cream
- 1 tasang sariwang raspberry
- Sarap ng 1 lemon

PARA SA RASPBERRY LEMON MIRROR GLAZE:
- 1/2 tasa ng tubig
- 1 tasa ng butil na asukal
- 1/2 tasa ng matamis na condensed milk
- 1 1/2 tasa puting tsokolate, tinadtad
- Sarap ng 1 lemon
- 1/2 tasa sariwang raspberry (para sa dekorasyon)

MGA TAGUBILIN:
CHOUX PASTRY:
a) Sa isang kasirola, pagsamahin ang tubig at mantikilya. Pakuluan.
b) Magdagdag ng harina at pukawin nang masigla hanggang sa maging bola ang timpla. Alisan sa init.
c) Hayaang lumamig nang bahagya ang kuwarta, pagkatapos ay magdagdag ng mga itlog nang paisa-isa, haluing mabuti pagkatapos ng bawat karagdagan.
d) Ilipat ang kuwarta sa isang piping bag at pipe eclairs sa isang baking sheet.
e) Maghurno sa isang preheated oven sa 375°F (190°C) sa loob ng 25-30 minuto o hanggang sa ginintuang kayumanggi.

PAGPUPUNO:
f) Kapag ang mga eclair ay lumamig, gupitin ang mga ito sa kalahati nang pahalang.
g) Paghaluin ang mga sariwang raspberry at lemon zest sa pastry cream hanggang sa maayos na pinagsama.
h) Punan ang bawat eclair ng raspberry lemon filling gamit ang piping bag o kutsara.

RASPBERRY LEMON MIRROR GLAZE:
i) Sa isang kasirola, pagsamahin ang tubig, asukal, at matamis na condensed milk. Dalhin sa kumulo.
j) Alisin mula sa init at idagdag ang puting tsokolate. Haluin hanggang makinis.
k) Magdagdag ng lemon zest sa glaze at ihalo nang mabuti.
l) Hayaang lumamig ang glaze sa 90-95°F (32-35°C).

ASSEMBLY:
m) Maglagay ng wire rack sa ibabaw ng baking sheet upang mahuli ang labis na glaze.
n) Isawsaw ang tuktok ng bawat eclair sa raspberry lemon mirror glaze, na tinitiyak ang pantay na patong.
o) Hayaang tumulo ang labis na glaze, pagkatapos ay ilipat ang mga eclair sa wire rack.
p) Maglagay ng sariwang raspberry sa ibabaw ng bawat eclair para sa dekorasyon.
q) Hayaang itakda ang glaze nang mga 15 minuto bago ihain.

8.Coffee Caramel Mirror Glazed Eclairs

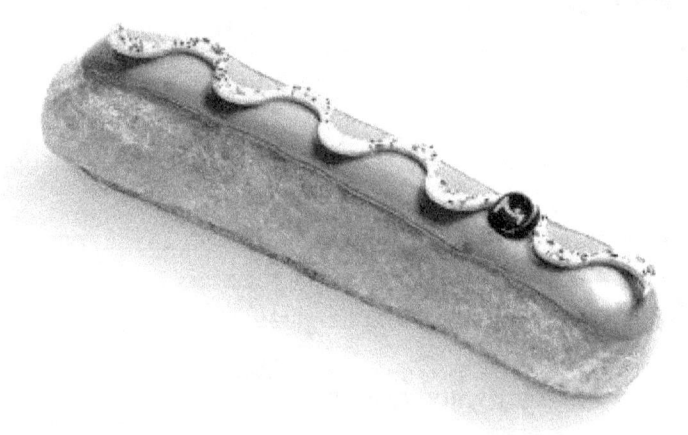

MGA INGREDIENTS:
PARA SA CHOUX PASTRY:
- 1 tasang tubig
- 1/2 tasa unsalted butter
- 1 tasang all-purpose na harina
- 4 malalaking itlog

PARA SA PAGPUPUNO:
- 2 tasang pastry cream
- 2 kutsarang instant na kape
- 1/2 tasa ng caramel sauce

PARA SA COFFEE CARAMEL MIRROR GLAZE:
- 1/2 tasa ng tubig
- 1 tasa ng butil na asukal
- 1/2 tasa ng matamis na condensed milk
- 1 1/2 tasa ng maitim na tsokolate, tinadtad
- 2 kutsarang instant na kape

MGA TAGUBILIN:
CHOUX PASTRY:
a) Sa isang kasirola, pagsamahin ang tubig at mantikilya. Pakuluan.
b) Magdagdag ng harina at pukawin nang masigla hanggang sa maging bola ang timpla. Alisan sa init.
c) Hayaang lumamig nang bahagya ang kuwarta, pagkatapos ay magdagdag ng mga itlog nang paisa-isa, haluing mabuti pagkatapos ng bawat karagdagan.
d) Ilipat ang kuwarta sa isang piping bag at pipe eclairs sa isang baking sheet.
e) Maghurno sa isang preheated oven sa 375°F (190°C) sa loob ng 25-30 minuto o hanggang sa ginintuang kayumanggi.

PAGPUPUNO:
f) Kapag ang mga eclair ay lumamig, gupitin ang mga ito sa kalahati nang pahalang.
g) I-dissolve ang instant na kape sa isang maliit na halaga ng mainit na tubig. Ihalo ito sa pastry cream.
h) Isama ang caramel sauce sa pastry cream na may lasa ng kape hanggang sa maayos na pinagsama.

i) Punan ang bawat eclair ng coffee caramel filling gamit ang piping bag o kutsara.

COFFEE CARAMEL MIRROR GLAZE:

j) Sa isang kasirola, pagsamahin ang tubig, asukal, at matamis na condensed milk. Dalhin sa kumulo.

k) Alisin sa init at idagdag ang dark chocolate at instant coffee. Haluin hanggang makinis.

l) Hayaang lumamig ang glaze sa 90-95°F (32-35°C).

ASSEMBLY:

m) Maglagay ng wire rack sa ibabaw ng baking sheet upang mahuli ang labis na glaze.

n) Isawsaw ang tuktok ng bawat eclair sa coffee caramel mirror glaze, na tinitiyak ang pantay na patong.

o) Hayaang tumulo ang labis na glaze, pagkatapos ay ilipat ang mga eclair sa wire rack.

p) Hayaang itakda ang glaze nang mga 15 minuto bago ihain.

q) Tangkilikin ang iyong masarap na Coffee Caramel Mirror Glazed Eclairs!

9. Matcha White Chocolate Mirror Glazed Eclairs

MGA INGREDIENTS:
PARA SA CHOUX PASTRY:
- 1 tasang tubig
- 1/2 tasa unsalted butter
- 1 tasang all-purpose na harina
- 4 malalaking itlog

PARA SA PAGPUPUNO:
- 2 tasang pastry cream
- 2 kutsarita ng matcha powder

PARA SA MATCHA WHITE CHOCOLATE MIRROR GLAZE:
- 1/2 tasa ng tubig
- 1 tasa ng butil na asukal
- 1/2 tasa ng matamis na condensed milk
- 1 1/2 tasa puting tsokolate, tinadtad
- 2 kutsarita ng matcha powder

MGA TAGUBILIN:
CHOUX PASTRY:
a) Sa isang kasirola, pagsamahin ang tubig at mantikilya. Pakuluan.
b) Magdagdag ng harina at pukawin nang masigla hanggang sa maging bola ang timpla. Alisan sa init.
c) Hayaang lumamig nang bahagya ang kuwarta, pagkatapos ay magdagdag ng mga itlog nang paisa-isa, haluing mabuti pagkatapos ng bawat karagdagan.
d) Ilipat ang kuwarta sa isang piping bag at pipe eclairs sa isang baking sheet.
e) Maghurno sa isang preheated oven sa 375°F (190°C) sa loob ng 25-30 minuto o hanggang sa ginintuang kayumanggi.

PAGPUPUNO:
f) Kapag ang mga eclair ay lumamig, gupitin ang mga ito sa kalahati nang pahalang.
g) Paghaluin ang pulbos ng matcha sa pastry cream hanggang sa maayos na pinagsama.
h) Punan ang bawat eclair ng matcha-flavored filling gamit ang piping bag o kutsara.

MATCHA WHITE CHOCOLATE MIRROR GLAZE:
i) Sa isang kasirola, pagsamahin ang tubig, asukal, at matamis na condensed milk. Dalhin sa kumulo.
j) Alisin mula sa init at idagdag ang puting tsokolate at matcha powder. Haluin hanggang makinis.
k) Hayaang lumamig ang glaze sa 90-95°F (32-35°C).

ASSEMBLY:
l) Maglagay ng wire rack sa ibabaw ng baking sheet upang mahuli ang labis na glaze.
m) Isawsaw ang tuktok ng bawat eclair sa matcha white chocolate mirror glaze, na tinitiyak ang pantay na patong.
n) Hayaang tumulo ang labis na glaze, pagkatapos ay ilipat ang mga eclair sa wire rack.
o) Hayaang itakda ang glaze nang mga 15 minuto bago ihain.

CHOCOLATE ECLAIRS

10. Caramel Chocolate Eclairs

MGA INGREDIENTS:
- 12 Eclair shell, hindi napuno
- 2 tasang caramel pastry cream, pinalamig
- 1 tasang Chocolate ganache, sa temperatura ng kuwarto

INSTRUCTIONS:
a) Gamit ang isang maliit na paring knife, gumawa ng maliit na butas sa bawat dulo ng bawat eclair.
b) Punan ang isang pastry bag na nilagyan ng maliit na plain tip na may pinalamig na caramel pastry cream.
c) Ipasok ang dulo sa isang butas ng isang eclair at dahan-dahang pisilin upang mapuno ito. Ulitin ang proseso para sa kabilang butas.
d) Ipagpatuloy ang pagpuno sa bawat eclair hanggang mapuno ang lahat ng masarap na caramel pastry cream.
e) Gumamit ng maliit na offset na spatula para pantay na pakinang ang bawat eclair gamit ang room temperature na chocolate ganache.
f) Hayaang matuyo ang ganache bago ihain ang napakasarap na caramel chocolate eclair na ito.

11. Chocolate Eclairs na may Custard Filling

MGA INGREDIENTS:
ECLAIRS:
- 1 tasang tubig
- 1/2 tasa ng mantikilya
- 1/4 kutsarita ng asin
- 1 tasang harina
- 4 malalaking itlog

CUSTARD FILLING:
- 3 tasang gatas
- 1/2 tasa ng asukal
- 3 kutsarang gawgaw
- 4 na pula ng itlog
- 2 kutsarita ng vanilla extract

CHOCOLATE GLAZE:
- 12 ounces semisweet chocolate chips
- 1/4 cup shortening
- 1/4 tasa ng light corn syrup
- 6 na kutsarang gatas

MGA TAGUBILIN:
CUSTARD FILLING:

a) Sa isang katamtamang kasirola, init ang gatas nang dahan-dahan hanggang sa mabuo ang mga bula sa gilid.
b) Sa isang maliit na mangkok, pagsamahin ang asukal at gawgaw, paghahalo ng mabuti. Haluin ang timpla sa mainit na gatas nang sabay-sabay.
c) Lutuin, pagpapakilos, sa katamtamang init hanggang sa kumulo ang timpla. Bawasan ang init at kumulo ng 1 minuto.
d) Talunin ang isang maliit na halaga ng pinaghalong sa mga pula ng itlog. Ibuhos muli sa kasirola at lutuin, haluin, sa katamtamang apoy hanggang sa kumulo at lumapot ang timpla.
e) Haluin ang vanilla. Ilagay ang waxed paper sa ibabaw upang maiwasan ang pagbuo ng balat. Palamigin hanggang handa nang gamitin. Gumagawa ng 3 tasa, sapat na upang punan ang 12 eclairs.

CHOCOLATE GLAZE:
f) Sa tuktok ng isang double boiler sa mainit (hindi kumukulo) na tubig, tunawin ang tsokolate na may pagpapaikli.
g) Magdagdag ng corn syrup at gatas. Haluin hanggang makinis at maihalo. Hayaang lumamig nang bahagya.
h) Ikalat ang glaze sa mga eclair. Gumagawa ng 2 tasa, sapat na upang magpakinang ng 12 eclair.

ECLAIRS:
i) Painitin muna ang oven sa 400°F.
j) Pakuluan ang tubig, mantikilya, at asin. Alisin mula sa init at ihalo sa harina.
k) Talunin sa mahinang apoy hanggang sa umalis ang timpla sa gilid ng kawali.
l) Alisin mula sa init at haluin ang mga itlog, paisa-isa, hanggang sa makintab, satiny, at maputol ang timpla sa mga hibla.
m) I-drop ang batter nang tatlong pulgada sa isang unreased sheet, na bumubuo ng 12 piraso, bawat isa ay 4 x 1 pulgada.
n) Maghurno ng 35 hanggang 40 minuto hanggang sa tumunog ang mga ito na guwang kapag tinapik. Ilayo sa mga draft.
o) Hatiin ang tuktok ng mga eclair at punuin ng custard.
p) Ikalat ang mga tuktok na may chocolate glaze, palamigin, at ihain.
q) Tangkilikin ang dekadenteng Chocolate Eclair na ito na may masarap na Custard Filling!

12. Chocolate Grand Marnier Eclairs

MGA INGREDIENTS:
ECLAIR DOUGH:
- 3 malalaking itlog, sa temperatura ng silid
- 2/3 tasa ng tubig
- 5 kutsarang unsalted butter, gupitin sa 1/2-inch cubes
- 1/8 kutsarita ng asin
- 2/3 tasa sifted all-purpose flour
- 1/2 kutsarita ng orange zest

CHOCOLATE GRAND MARNIER FILLING:
- 3 ounces semi-sweet chocolate, tinadtad nang magaspang
- 3 kutsarang tubig
- 2 kutsarang Grand Marnier
- 2 kutsarang malamig na tubig
- 1 1/2 kutsarita na may pulbos na gulaman na walang lasa
- 1 tasang mabigat na cream
- 1 kutsarang orange juice
- 1/2 tasa ng asukal sa mga confectioner

ORANGE GLAZE:
- 1 kutsarang orange juice
- 1/4 tasa ng asukal sa mga confectioner

MGA TAGUBILIN:
ECLAIR DOUGH:
a) Painitin muna ang oven sa 425 degrees F. Linya ang dalawang baking sheet na may parchment paper.
b) Sa isang glass measuring cup, haluin ang mga itlog hanggang sa maghalo. Magreserba ng 2 kutsara ng pinalo na itlog sa isang maliit na tasa.
c) Sa isang medium heavy saucepan, pagsamahin ang tubig, mantikilya, at asin. Init sa katamtamang init hanggang sa matunaw ang mantikilya.
d) Dagdagan ang init sa medium-high at dalhin ang timpla sa isang pigsa. Alisan sa init.
e) Gamit ang wire whisk, ihalo ang harina at orange zest. Haluin nang malakas hanggang makinis.

f) Ibalik ang kawali sa init, patuloy na pagpapakilos gamit ang isang kahoy na kutsara. Magluto ng 30 hanggang 60 segundo hanggang ang i-paste ay bumuo ng napakakinis na bola.
g) Ilipat ang paste sa isang malaking mangkok. Ibuhos ang nakareserbang 1/2 tasa ng pinalo na mga itlog sa ibabaw ng i-paste at talunin nang malakas gamit ang isang kahoy na kutsara hanggang ang timpla ay bumubuo ng isang makinis, malambot na kuwarta.

PAGLULUTO NG ECLAIRS:

h) Punan ang isang pastry bag na may 5/6-inch plain tip na may eclair dough. I-pipe ang 5-inch strips na humigit-kumulang 1/2-inch ang lapad sa inihandang baking sheet, na nag-iiwan ng mga 1 1/2 inches sa pagitan ng mga eclair.
i) Isawsaw ang iyong daliri sa ilan sa natitirang pinalo na itlog at dahan-dahang pakinisin ang anumang "buntot" na natitira mula sa piping. Banayad na i-brush ang tuktok ng eclairs na may higit pa sa itlog.
j) Maghurno ng mga eclair, isang baking sheet sa isang pagkakataon, sa loob ng 10 minuto. Bumukas ang pinto ng oven nang humigit-kumulang 2 pulgada gamit ang hawakan ng kahoy na kutsara.
k) Bawasan ang temperatura ng oven sa 375 degrees F at isara ang pinto ng oven. Ipagpatuloy ang pagluluto ng mga eclair sa loob ng 20 hanggang 25 minuto hanggang sa malutong ang mga ito.
l) Ilipat ang mga eclair sa isang wire rack at ganap na palamig.

CHOCOLATE GRAND MARNIER FILLING:

m) Matunaw ang tsokolate sa tubig at Grand Marnier ayon sa Chocolate Melting Tips.
n) Sa isang maliit na kasirola, iwisik ang gelatin sa malamig na tubig at hayaang tumayo ito ng 5 minuto upang lumambot.
o) Ilagay ang kasirola sa mahinang apoy, lutuin ng 2 hanggang 3 minuto, patuloy na pagpapakilos hanggang sa tuluyang matunaw ang gelatin at maging malinaw ang timpla. Hayaang lumamig hanggang sa malamig.
p) Sa isang pinalamig na mangkok ng panghalo, hagupitin ang mabigat na cream sa mababang bilis. Dahan-dahang idagdag

ang pinalamig na halo ng gelatin sa isang mabagal na stream habang patuloy sa paghagupit.
q) Itigil ang panghalo, simutin ang gilid ng mangkok, at idagdag ang pinalamig na tinunaw na pinaghalong tsokolate. Ipagpatuloy ang paghagupit hanggang sa magsimulang mamundok ang cream. Huwag mag-overwhip.
r) Takpan ang laman ng plastic wrap at palamigin ng 30 minuto.

ORANGE GLAZE:
s) Sa isang maliit na mangkok, haluin ang orange juice at asukal ng mga confectioner hanggang makinis.

I-ASSEMBLE AT GLAZE ANG ECLAIRS:
t) Butasan ang bawat dulo ng mga eclair gamit ang isang skewer.
u) Punan ang isang pastry bag na may 1/6-inch plain tip na may Grand Marnier filling. Ipasok ang dulo sa butas sa bawat dulo ng eclair at punan ang pagpuno.
v) Ibuhos ang orange glaze sa ibabaw ng bawat eclair.
w) Palamutihan ng mga piraso ng balat ng orange, kung ninanais.
x) Tangkilikin ang mga katangi-tanging Chocolate Grand Marnier Eclairs!

13. Frozen Chocolate Mint Eclairs

MGA INGREDIENTS:
ECLAIR DOUGH:
- 3 malalaking itlog, sa temperatura ng silid
- 1/2 tasa ng tubig
- 4 1/2 tablespoons unsalted butter, gupitin sa 1/2-inch cubes
- 1 1/2 kutsarang butil na asukal
- 1/2 kutsarita ng mint extract
- 3/4 tasa sifted all-purpose flour
- 3 kutsarang sinala ang walang tamis na alkalized na pulbos ng kakaw

FROZEN MINT FILLING:
- 8 ounces cream cheese, pinalambot
- 3/4 tasa ng matamis na condensed milk
- 2 kutsarang puting creme de menthe
- 4 ounces mint-flavored semi-sweet chocolate, pinong tinadtad

CHOCOLATE MINT SAUCE:
- 6 ounces mint-flavored semi-sweet chocolate, pinong tinadtad
- 2/3 tasa ng mabigat na cream
- 2 kutsarang light corn syrup
- 2 kutsarita ng vanilla extract

PALAMUTI:
- Sariwang mint

MGA TAGUBILIN:
ECLAIR DOUGH:
a) Painitin muna ang oven sa 425 degrees F. Linya ang dalawang baking sheet na may baking parchment.
b) Sa isang glass measuring cup, haluin ang mga itlog hanggang sa maghalo. Magreserba ng 2 kutsara ng pinalo na itlog sa isang maliit na tasa.
c) Sa isang medium heavy saucepan, pagsamahin ang tubig, mantikilya, at asukal. Init sa katamtamang init hanggang sa matunaw ang mantikilya.
d) Dagdagan ang init sa medium-high at dalhin ang timpla sa isang pigsa. Alisan sa init.

e) Ihalo ang mint extract. Gamit ang wire whisk, ihalo ang harina at kakaw. Haluin nang masigla hanggang sa makinis ang timpla at maalis sa mga gilid ng kawali.
f) Ibalik ang kawali sa init, patuloy na pagpapakilos gamit ang isang kahoy na kutsara. Magluto ng 30 hanggang 60 segundo hanggang ang i-paste ay bumuo ng napakakinis na bola.
g) Ilipat ang paste sa isang malaking mangkok. Ibuhos ang 1/2 tasa ng pinalo na mga itlog sa ibabaw ng i-paste at talunin nang malakas gamit ang isang kahoy na kutsara sa loob ng 45 hanggang 60 segundo hanggang ang timpla ay bumuo ng isang makinis, malambot na kuwarta.
h) Punan ang isang pastry bag na may 5/6-inch plain tip na may eclair dough. I-pipe ang 5-inch strips na humigit-kumulang 1/2-inch ang lapad sa inihandang baking sheet, na nag-iiwan ng mga 1 1/2 inches sa pagitan ng mga eclair.
i) Banayad na i-brush ang tuktok ng eclairs gamit ang natitirang pinalo na itlog.
j) I-bake ang mga eclair sa loob ng 10 minuto, pagkatapos ay bawasan ang temperatura ng oven sa 375 degrees F. Ipagpatuloy ang pagluluto sa loob ng 20 hanggang 25 minuto hanggang sa sila ay malutong at makintab. Ilipat sa isang wire rack at ganap na palamig.

FROZEN MINT FILLING:

k) Sa isang malaking mangkok, gumamit ng isang hand-held electric mixer sa katamtamang bilis upang talunin ang cream cheese hanggang sa makinis.
l) Idagdag ang matamis na condensed milk at liqueur. Talunin hanggang makinis.
m) Tiklupin ang tinadtad na tsokolate.
n) Takpan ang ibabaw ng pagpuno ng plastic wrap at i-freeze hanggang sa matibay, mga 4 na oras.

CHOCOLATE MINT SAUCE:

o) Ilagay ang tsokolate sa isang medium bowl.
p) Sa isang maliit at mabigat na kasirola, dalhin ang cream at corn syrup sa mahinang pigsa.
q) Ibuhos ang mainit na cream mixture sa ibabaw ng tsokolate. Hayaang tumayo ng 30 segundo para matunaw ang tsokolate.

r) Dahan-dahang haluin hanggang makinis.
s) Haluin ang vanilla.

MAGTITIPON ANG MGA ECLAIR:

t) Hatiin ang mga eclair sa kalahati at alisin ang anumang basa-basa na kuwarta.
u) Magsalok ng 3 kutsara ng frozen na pagpuno sa bawat kalahati ng eclair.
v) Palitan ang tuktok ng eclair.
w) Ibuhos ang mainit na chocolate mint sauce sa isang serving plate.
x) Maglagay ng eclair sa ibabaw at lagyan ng mas maraming sarsa.
y) Palamutihan ng sariwang mint.

14. Mini Chocolate Éclairs

MGA INGREDIENTS:
PARA SA CHOUX PASTRY:
- 150ml (mga 5 onsa) na tubig
- 60g (mga 2 onsa) mantikilya
- 75g (mga 2.5 ounces) plain flour
- 2 malalaking itlog

PARA SA PAGPUPUNO:
- 200ml (mga 7 onsa) whipping cream
- Chocolate ganache (ginawa mula sa tinunaw na tsokolate at cream)

MGA TAGUBILIN:

a) Painitin muna ang iyong oven sa 200°C (390°F). Iguhit ang isang baking sheet na may parchment paper.

b) Sa isang kasirola, init ang tubig at mantikilya hanggang matunaw ang mantikilya. Alisin mula sa init at idagdag ang harina. Haluin nang masigla hanggang sa ito ay bumuo ng isang bola ng kuwarta.

c) Hayaang lumamig nang bahagya ang kuwarta, pagkatapos ay ihalo ang mga itlog nang paisa-isa hanggang sa makinis at makintab ang timpla.

d) Sandok o i-pipe ang choux pastry sa baking sheet sa maliliit na hugis na éclair.

e) Maghurno ng mga 15-20 minuto o hanggang sa sila ay puffed up at ginintuang.

f) Kapag pinalamig, gupitin ang bawat éclair sa kalahati nang pahalang. Punan ng whipped cream at lagyan ng chocolate ganache.

15. Jello Vanilla Pudding Eclairs

MGA INGREDIENTS:
- 1 pakete (3¼ onsa) jello vanilla pudding at pie filling
- 1½ tasa ng gatas
- ½ tasang inihandang dream whip/whipped topping
- 6 na kutsarang mantikilya
- ¾ tasa ng tubig
- ¾ tasang sinala na harina (all-purpose)
- 3 itlog
- 2 square unsweetened chocolate
- 2 kutsarang mantikilya
- 1½ tasang hindi tinatag na asukal
- Dash ng asin
- 3 kutsarang gatas

MGA TAGUBILIN:
GUMAWA NG PAGPUPUNO:
a) Magluto ng puding mix ayon sa itinuro sa pakete. Bawasan ang gatas sa 1½ tasa.
b) Takpan ang ibabaw ng wax paper.
c) Palamigin ng 1 oras. Talunin ang puding hanggang makinis.
d) I-fold sa inihandang topping.

GUMAWA NG SHELLS:
e) Pakuluan ang 6 na kutsarang mantikilya at tubig sa isang kasirola. Bawasan ang pandinig. Mabilis na ihalo ang harina. Lutuin at haluin hanggang umalis ang timpla sa mga gilid ng kawali, mga 2 minuto. Alisan sa init.
f) Talunin ang mga itlog, isa-isa. Talunin nang lubusan hanggang satiny. Bumuo ng 5 x 1-inch na piraso ng kuwarta gamit ang isang kutsara sa isang ungreased baking sheet, maghurno sa 425 degrees F sa loob ng 20 minuto pagkatapos sa 350 degrees sa loob ng 30 minuto.

PARA MAGTITIPON
g) Gupitin ang mga tuktok ng mga shell. Punan ang bawat isa ng puding. Palitan ang mga pang-itaas

GUMAWA NG GLAZE
h) Matunaw ang tsokolate na may 2 kutsarang mantikilya sa mahinang apoy.
i) Alisin sa init, at timpla sa asukal, asin, at 3 kutsarang gatas, Kaagad na ikalat sa mga eclair.

16. Cookies at Cream Éclairs

MGA INGREDIENTS:
PARA SA CHOUX PASTRY:
- 1 tasang tubig
- 1/2 tasa unsalted butter
- 1 tasang all-purpose na harina
- 1/2 kutsarita ng asin
- 1 kutsarang asukal
- 4 malalaking itlog

PARA SA COOKIES AT CREAM FILLING:
- 1 1/2 tasa mabigat na cream
- 1/4 tasa ng asukal sa pulbos
- 1 kutsarita vanilla extract
- 10 chocolate sandwich cookies, durog

PARA SA CHOCOLATE GANACHE:
- 1 tasang semisweet chocolate chips
- 1/2 tasa ng mabigat na cream
- 2 kutsarang unsalted butter

MGA TAGUBILIN:
CHOUX PASTRY:
a) Painitin muna ang iyong oven sa 425°F (220°C). Iguhit ang isang baking sheet na may parchment paper.
b) Sa isang kasirola sa katamtamang init, pagsamahin ang tubig, mantikilya, asin, at asukal. Pakuluan.
c) Alisin mula sa init at mabilis na ihalo ang harina hanggang sa mabuo ang masa.
d) Ibalik ang kawali sa mababang init at lutuin ang kuwarta, patuloy na pagpapakilos, para sa 1-2 minuto upang matuyo ito.
e) Ilipat ang kuwarta sa isang malaking mangkok ng paghahalo. Hayaang lumamig ng ilang minuto.
f) Magdagdag ng mga itlog nang paisa-isa, matalo nang mabuti pagkatapos ng bawat karagdagan hanggang sa makinis at makintab ang masa.
g) Ilipat ang kuwarta sa isang piping bag na nilagyan ng malaking bilog na dulo. I-pipe ang 4-inch long strips sa inihandang baking sheet.

h) Maghurno ng 15 minuto sa 425°F, pagkatapos ay bawasan ang temperatura sa 375°F (190°C) at maghurno ng karagdagang 20 minuto o hanggang sa ginintuang kayumanggi. Hayaang lumamig nang lubusan.

COOKIES AT CREAM FILLING:
i) Sa isang mangkok ng paghahalo, hagupitin ang mabigat na cream hanggang sa mabuo ang malambot na mga taluktok.
j) Magdagdag ng powdered sugar at vanilla extract. Ipagpatuloy ang paghagupit hanggang sa mabuo ang stiff peak.
k) Dahan-dahang tiklupin ang dinurog na chocolate sandwich cookies.

CHOCOLATE GANACHE:
l) Ilagay ang mga chocolate chips sa isang mangkok na hindi tinatablan ng init.
m) Sa isang kasirola, init ang mabigat na cream hanggang sa magsimula itong kumulo.
n) Ibuhos ang mainit na cream sa ibabaw ng tsokolate at hayaan itong umupo ng isang minuto.
o) Haluin hanggang makinis, pagkatapos ay ilagay ang mantikilya at haluin hanggang matunaw.

ASSEMBLY:
p) Gupitin ang bawat pinalamig na eclair sa kalahati nang pahalang.
q) Sandok o i-pipe ang cookies at cream filling sa ibabang kalahati ng bawat eclair.
r) Ilagay ang tuktok na kalahati ng eclair sa pagpuno.
s) Isawsaw ang tuktok ng bawat eclair sa chocolate ganache o kutsara ang ganache sa ibabaw.
t) Hayaang mag-set ang ganache ng ilang minuto.
u) Opsyonal, magwiwisik ng karagdagang durog na cookies sa itaas para sa dekorasyon.
v) Ihain at tikman ang masarap na kumbinasyon ng creamy filling at rich chocolate ganache sa bawat Cookies and Cream Éclair!

17. Chocolate Hazelnut Eclairs

MGA INGREDIENTS:
PARA SA CHOUX PASTRY:
- 1 tasang tubig
- 1/2 tasa unsalted butter
- 1 tasang all-purpose na harina
- 4 malalaking itlog

PARA SA PAGPUPUNO:
- 2 tasang pastry cream
- 1/2 tasa ng Nutella (hazelnut spread)

PARA SA CHOCOLATE HAZELNUT GANACHE:
- 1 tasa ng maitim na tsokolate, tinadtad
- 1/2 tasa ng mabigat na cream
- 1/4 tasa ng hazelnuts, tinadtad (para sa dekorasyon)

MGA TAGUBILIN:
CHOUX PASTRY:
a) Sa isang kasirola, pagsamahin ang tubig at mantikilya. Pakuluan.
b) Magdagdag ng harina at pukawin nang masigla hanggang sa maging bola ang timpla. Alisan sa init.
c) Hayaang lumamig nang bahagya ang kuwarta, pagkatapos ay magdagdag ng mga itlog nang paisa-isa, haluing mabuti pagkatapos ng bawat karagdagan.
d) Ilipat ang kuwarta sa isang piping bag at pipe eclairs sa isang baking sheet.
e) Maghurno sa isang preheated oven sa 375°F (190°C) sa loob ng 25-30 minuto o hanggang sa ginintuang kayumanggi.

PAGPUPUNO:
f) Kapag ang mga eclair ay lumamig, gupitin ang mga ito sa kalahati nang pahalang.
g) Paghaluin ang Nutella sa pastry cream hanggang sa mahusay na pinagsama.
h) Punan ang bawat eclair ng chocolate hazelnut filling gamit ang piping bag o kutsara.

CHOCOLATE HAZELNUT GANACHE:
i) Init ang mabibigat na cream sa isang kasirola hanggang sa magsimula itong kumulo.

j) Ibuhos ang mainit na cream sa tinadtad na dark chocolate. Hayaang umupo ng isang minuto, pagkatapos ay haluin hanggang makinis.
k) Isawsaw ang tuktok ng bawat eclair sa chocolate hazelnut ganache, na tinitiyak ang pantay na patong.
l) Budburan ang mga tinadtad na hazelnut sa ibabaw para sa dekorasyon.
m) Hayaang mag-set ang ganache ng mga 15 minuto bago ihain.
n) I-enjoy ang iyong dekadenteng Chocolate Hazelnut Eclairs!

18. Mint Chocolate Eclairs

MGA INGREDIENTS:
PARA SA CHOUX PASTRY:
- 1 tasang tubig
- 1/2 tasa unsalted butter
- 1 tasang all-purpose na harina
- 4 malalaking itlog

PARA SA PAGPUPUNO:
- 2 tasang pastry cream

PARA SA MINT CHOCOLATE GANACHE:
- 1 tasa ng maitim na tsokolate, tinadtad
- 1/2 tasa ng mabigat na cream
- 1 kutsarita ng peppermint extract

MGA TAGUBILIN:
CHOUX PASTRY:
a) Sa isang kasirola, pagsamahin ang tubig at mantikilya. Pakuluan.
b) Magdagdag ng harina at pukawin nang masigla hanggang sa maging bola ang timpla. Alisan sa init.
c) Hayaang lumamig nang bahagya ang kuwarta, pagkatapos ay magdagdag ng mga itlog nang paisa-isa, haluing mabuti pagkatapos ng bawat karagdagan.
d) Ilipat ang kuwarta sa isang piping bag at pipe eclairs sa isang baking sheet.
e) Maghurno sa isang preheated oven sa 375°F (190°C) sa loob ng 25-30 minuto o hanggang sa ginintuang kayumanggi.

PAGPUPUNO:
f) Kapag ang mga eclair ay lumamig, gupitin ang mga ito sa kalahati nang pahalang.
g) Ihanda ang pastry cream o gamitin ang binili sa tindahan.
h) Opsyonal, magdagdag ng isang kutsarita ng peppermint extract sa pastry cream para sa minty flavor. Haluing mabuti.
i) Punan ang bawat eclair ng mint-flavored pastry cream gamit ang piping bag o kutsara.

MINT CHOCOLATE GANACHE:
j) Init ang mabibigat na cream sa isang kasirola hanggang sa magsimula itong kumulo.

k) Ibuhos ang mainit na cream sa tinadtad na dark chocolate. Hayaang umupo ng isang minuto, pagkatapos ay haluin hanggang makinis.
l) Magdagdag ng peppermint extract sa ganache at haluing mabuti.
m) Isawsaw ang tuktok ng bawat eclair sa mint chocolate ganache, na tinitiyak ang pantay na patong.
n) Hayaang mag-set ang ganache ng mga 15 minuto bago ihain.
o) Masiyahan sa iyong nakakapreskong Mint Chocolate Eclairs!

19.Mga Eclair ng White Chocolate Raspberry

MGA INGREDIENTS:
PARA SA CHOUX PASTRY:
- 1 tasang tubig
- 1/2 tasa unsalted butter
- 1 tasang all-purpose na harina
- 4 malalaking itlog

PARA SA PAGPUPUNO:
- 2 tasang puting tsokolate chips
- 1 tasang mabigat na cream
- 1/2 tasa ng raspberry jam

PARA SA WHITE CHOCOLATE RASPBERRY GANACHE:
- 1 tasa puting tsokolate, tinadtad
- 1/2 tasa ng mabigat na cream
- Mga sariwang raspberry (para sa dekorasyon)

MGA TAGUBILIN:
CHOUX PASTRY:
a) Sa isang kasirola, pagsamahin ang tubig at mantikilya. Pakuluan.
b) Magdagdag ng harina at pukawin nang masigla hanggang sa maging bola ang timpla. Alisan sa init.
c) Hayaang lumamig nang bahagya ang kuwarta, pagkatapos ay magdagdag ng mga itlog nang paisa-isa, haluing mabuti pagkatapos ng bawat karagdagan.
d) Ilipat ang kuwarta sa isang piping bag at pipe eclairs sa isang baking sheet.
e) Maghurno sa isang preheated oven sa 375°F (190°C) sa loob ng 25-30 minuto o hanggang sa ginintuang kayumanggi.

PAGPUPUNO:
f) Kapag ang mga eclair ay lumamig, gupitin ang mga ito sa kalahati nang pahalang.
g) Init ang mabigat na cream hanggang sa magsimula itong kumulo.
h) Ibuhos ang mainit na cream sa puting chocolate chips. Hayaang umupo ng isang minuto, pagkatapos ay haluin hanggang makinis.
i) Paghaluin sa raspberry jam hanggang sa maayos na pinagsama.

j) Punan ang bawat eclair ng white chocolate raspberry filling gamit ang piping bag.

WHITE CHOCOLATE RASPBERRY GANACHE:
k) Init ang mabibigat na cream sa isang kasirola hanggang sa magsimula itong kumulo.
l) Ibuhos ang mainit na cream sa tinadtad na puting tsokolate. Hayaang umupo ng isang minuto, pagkatapos ay haluin hanggang makinis.
m) Isawsaw ang tuktok ng bawat eclair sa puting tsokolate na raspberry ganache, na tinitiyak ang pantay na patong.
n) Palamutihan ang bawat eclair ng mga sariwang raspberry.
o) Hayaang mag-set ang ganache ng mga 15 minuto bago ihain.

20. Dark Chocolate Orange Eclairs

MGA INGREDIENTS:
PARA SA CHOUX PASTRY:
- 1 tasang tubig
- 1/2 tasa unsalted butter
- 1 tasang all-purpose na harina
- 4 malalaking itlog

PARA SA PAGPUPUNO:
- 2 tasang chocolate orange ganache
- Orange zest para sa dekorasyon

PARA SA CHOCOLATE GLAZE:
- 1/2 tasa ng dark chocolate, tinadtad
- 1/4 tasa unsalted butter
- 1 tasang may pulbos na asukal
- 1/4 tasa ng mainit na tubig

MGA TAGUBILIN:
CHOUX PASTRY:
a) Sa isang kasirola, pagsamahin ang tubig at mantikilya. Init sa katamtamang apoy hanggang sa matunaw ang mantikilya at kumulo ang timpla.
b) Alisin mula sa init, idagdag ang harina nang sabay-sabay, at pukawin nang masigla hanggang sa ang timpla ay bumubuo ng isang bola.
c) Hayaang lumamig ang kuwarta sa loob ng ilang minuto, pagkatapos ay idagdag ang mga itlog nang paisa-isa, matalo nang mabuti pagkatapos ng bawat karagdagan.
d) Ilipat ang kuwarta sa isang piping bag at pipe eclairs sa isang baking sheet.
e) Maghurno sa isang preheated oven sa 375°F (190°C) sa loob ng mga 30 minuto o hanggang sa ginintuang kayumanggi. Hayaang lumamig.

PAGPUPUNO:
f) Maghanda ng chocolate orange ganache sa pamamagitan ng pagtunaw ng dark chocolate at pagsasama ng orange zest sa pinaghalong.

g) Kapag ang ganache ay bahagyang lumamig ngunit naibuhos pa rin, punan ang mga eclair sa pamamagitan ng pag-inject o pagkalat ng ganache sa gitna.

CHOCOLATE GLAZE:

h) Sa isang mangkok na hindi tinatablan ng init, tunawin ang tsokolate at mantikilya sa isang double boiler.
i) Alisin mula sa init, magdagdag ng powdered sugar, at unti-unting haluin sa mainit na tubig hanggang makinis.
j) Isawsaw ang tuktok ng bawat eclair sa chocolate glaze, na nagpapahintulot sa labis na tumulo.
k) Magwiwisik ng karagdagang orange zest sa ibabaw ng bawat eclair para sa pagsabog ng lasa ng citrus.
l) Ilagay ang filled at glazed eclairs sa refrigerator para sa mga 30 minuto upang itakda ang tsokolate.
m) Ihain nang malamig at tamasahin ang masarap na kumbinasyon ng dark chocolate at orange sa mga natatanging eclair na ito!

21. Maanghang na Mexican Chocolate Eclairs

MGA INGREDIENTS:
PARA SA CHOUX PASTRY:
- 1 tasang tubig
- 1/2 tasa unsalted butter
- 1 tasang all-purpose na harina
- 4 malalaking itlog

PARA SA PAGPUPUNO:
- 2 tasang chocolate cinnamon ganache
- Kurot ng cayenne pepper

PARA SA CHOCOLATE GLAZE:
- 1/2 tasa ng dark chocolate, tinadtad
- 1/4 tasa unsalted butter
- 1 tasang may pulbos na asukal
- 1/4 kutsarita ng giniling na kanela

MGA TAGUBILIN:
CHOUX PASTRY:
a) Sa isang kasirola, pagsamahin ang tubig at mantikilya. Init sa katamtamang apoy hanggang sa matunaw ang mantikilya at kumulo ang timpla.
b) Alisin mula sa init, idagdag ang harina nang sabay-sabay, at pukawin nang masigla hanggang sa ang timpla ay bumubuo ng isang bola.
c) Hayaang lumamig ang kuwarta sa loob ng ilang minuto, pagkatapos ay idagdag ang mga itlog nang paisa-isa, matalo nang mabuti pagkatapos ng bawat karagdagan.
d) Ilipat ang kuwarta sa isang piping bag at pipe eclairs sa isang baking sheet.
e) Maghurno sa isang preheated oven sa 375°F (190°C) sa loob ng mga 30 minuto o hanggang sa ginintuang kayumanggi. Hayaang lumamig.

PAGPUPUNO:
f) Maghanda ng chocolate cinnamon ganache sa pamamagitan ng pagtunaw ng dark chocolate at pagsasama ng ground cinnamon sa pinaghalong.
g) Magdagdag ng isang kurot ng cayenne pepper sa ganache, pag-aayos sa panlasa.

h) Kapag ang ganache ay bahagyang lumamig ngunit naibuhos pa rin, punan ang mga eclair sa pamamagitan ng pag-inject o pagkalat ng maanghang na pinaghalong tsokolate sa gitna.

CHOCOLATE GLAZE:

i) Sa isang mangkok na hindi tinatablan ng init, tunawin ang tsokolate at mantikilya sa isang double boiler.
j) Alisin mula sa init, magdagdag ng powdered sugar, at unti-unting haluin sa mainit na tubig hanggang makinis.
k) Isawsaw ang tuktok ng bawat eclair sa chocolate glaze, na nagpapahintulot sa labis na tumulo.
l) Hayaang mag-set ang filled at glazed eclairs sa refrigerator nang mga 30 minuto.
m) Ihain nang malamig at tamasahin ang kakaibang kumbinasyon ng maanghang na Mexican na tsokolate sa mga eclair na ito!

22.Hazelnut Praline Chocolate Eclairs

MGA INGREDIENTS:
PARA SA CHOUX PASTRY:
- 1 tasang tubig
- 1/2 tasa unsalted butter
- 1 tasang all-purpose na harina
- 4 malalaking itlog

PARA SA PAGPUPUNO:
- 2 tasang hazelnut praline cream

PARA SA CHOCOLATE GLAZE:
- 1/2 tasa ng dark chocolate, tinadtad
- 1/4 tasa unsalted butter
- Durog na hazelnuts para sa dekorasyon

MGA TAGUBILIN:
CHOUX PASTRY:
a) Sa isang kasirola, pagsamahin ang tubig at mantikilya. Init sa katamtamang apoy hanggang sa matunaw ang mantikilya at kumulo ang timpla.
b) Alisin mula sa init, idagdag ang harina nang sabay-sabay, at pukawin nang masigla hanggang sa ang timpla ay bumubuo ng isang bola.
c) Hayaang lumamig ang kuwarta sa loob ng ilang minuto, pagkatapos ay idagdag ang mga itlog nang paisa-isa, matalo nang mabuti pagkatapos ng bawat karagdagan.
d) Ilipat ang kuwarta sa isang piping bag at pipe eclairs sa isang baking sheet.
e) Maghurno sa isang preheated oven sa 375°F (190°C) sa loob ng mga 30 minuto o hanggang sa ginintuang kayumanggi. Hayaang lumamig.

PAGPUPUNO:
f) Maghanda ng hazelnut praline cream sa pamamagitan ng pagsasama ng mga durog na hazelnut sa isang pangunahing pastry cream o custard.
g) Kapag handa na ang hazelnut praline cream, punan ang mga eclair sa pamamagitan ng pag-inject o pagkalat ng cream sa gitna.

CHOCOLATE GLAZE:

h) Sa isang mangkok na hindi tinatablan ng init, tunawin ang tsokolate at mantikilya sa isang double boiler.
i) Isawsaw ang tuktok ng bawat eclair sa chocolate glaze, na nagpapahintulot sa labis na tumulo.
j) Budburan ang mga durog na hazelnut sa ibabaw ng bawat eclair para sa karagdagang lasa at texture.
k) Hayaang mag-set ang filled at glazed eclairs sa refrigerator nang mga 30 minuto.
l) Ihain ang pinalamig at tikman ang masarap na kumbinasyon ng hazelnut praline at tsokolate sa mga eclair na ito!

23. Crème Brûlée Chocolate Éclairs

MGA INGREDIENTS:
PARA SA CHOUX PASTRY:
- 1 tasang tubig
- 1/2 tasa unsalted butter
- 1 tasang all-purpose na harina
- 4 malalaking itlog

PARA SA PAGPUPUNO:
- 2 tasang chocolate custard (o chocolate pastry cream)

PARA SA CRÈME BRÛLÉE TOPPING:
- 1/4 tasa ng butil na asukal
- Sulo sa kusina para sa caramelizing

MGA TAGUBILIN:
CHOUX PASTRY:
a) Sa isang kasirola, pagsamahin ang tubig at mantikilya. Init sa katamtamang apoy hanggang sa matunaw ang mantikilya at kumulo ang timpla.
b) Alisin mula sa init, idagdag ang harina nang sabay-sabay, at pukawin nang masigla hanggang sa ang timpla ay bumubuo ng isang bola.
c) Hayaang lumamig ang kuwarta sa loob ng ilang minuto, pagkatapos ay idagdag ang mga itlog nang paisa-isa, matalo nang mabuti pagkatapos ng bawat karagdagan.
d) Ilipat ang kuwarta sa isang piping bag at pipe eclairs sa isang baking sheet.
e) Maghurno sa isang preheated oven sa 375°F (190°C) sa loob ng mga 30 minuto o hanggang sa ginintuang kayumanggi. Hayaang lumamig.

PAGPUPUNO:
f) Maghanda ng chocolate custard o chocolate pastry cream at hayaan itong lumamig.
g) Kapag lumamig na ang choux pastry, punan ang mga eclair sa pamamagitan ng pag-inject o pagkalat ng chocolate custard sa gitna.

CRÈME BRÛLÉE TOPPING:
h) Magwiwisik ng manipis, pantay na layer ng granulated sugar sa ibabaw ng bawat eclair.

i) Gamit ang isang sulo sa kusina, i-caramelize ang asukal hanggang sa maging golden-brown crust. Ilipat ang sulo sa mga pabilog na galaw upang matiyak ang pantay na caramelization.
j) Hayaang lumamig at tumigas ang caramelized sugar ng ilang minuto.
k) Ihain ang Crème Brûlée Chocolate Éclairs na may kaaya-ayang contrast ng crispy caramelized topping at ang creamy chocolate filling.

24. Gluten-Free Chocolate Eclairs

MGA INGREDIENTS:
PARA SA GLUTEN-FREE CHOUX PASTRY:
- 1 tasang tubig
- 1/2 tasa unsalted butter
- 1 tasang gluten-free all-purpose flour
- 1/2 kutsarita xanthan gum (kung hindi kasama sa halo ng harina)
- 4 malalaking itlog

PARA SA PAGPUPUNO:
- 2 tasang gluten-free na chocolate pastry cream

PARA SA CHOCOLATE GLAZE:
- 1/2 tasa ng dark chocolate, tinadtad
- 1/4 tasa unsalted butter
- 1 tasang may pulbos na asukal
- 1/4 tasa ng mainit na tubig

MGA TAGUBILIN:
CHOUX PASTRY NA WALANG GLUTEN:
a) Painitin muna ang iyong oven sa 375°F (190°C) at lagyan ng parchment paper ang isang baking sheet.
b) Sa isang kasirola, pagsamahin ang tubig at mantikilya. Init sa katamtamang apoy hanggang sa matunaw ang mantikilya at kumulo ang timpla.
c) Alisin mula sa init, idagdag ang gluten-free na harina at xanthan gum (kung kinakailangan), at pukawin nang masigla hanggang sa maging bola ang timpla.
d) Hayaang lumamig ang kuwarta sa loob ng ilang minuto, pagkatapos ay idagdag ang mga itlog nang paisa-isa, matalo nang mabuti pagkatapos ng bawat karagdagan.
e) Ilipat ang gluten-free choux pastry sa isang piping bag at pipe eclairs papunta sa inihandang baking sheet.
f) Maghurno ng mga 30 minuto o hanggang sa maging golden brown. Hayaang lumamig.

PAGPUPUNO:
g) Maghanda ng gluten-free chocolate pastry cream at hayaan itong lumamig.

h) Kapag lumamig na ang gluten-free choux pastry, punan ang mga eclair sa pamamagitan ng pag-inject o pagkalat ng chocolate pastry cream sa gitna.

CHOCOLATE GLAZE:

i) Sa isang mangkok na hindi tinatablan ng init, tunawin ang maitim na tsokolate at mantikilya sa isang double boiler.
j) Alisin mula sa init, magdagdag ng powdered sugar, at unti-unting haluin sa mainit na tubig hanggang makinis.
k) Isawsaw ang tuktok ng bawat gluten-free na eclair sa chocolate glaze, na nagpapahintulot na tumulo ang labis.
l) Pahintulutan ang napuno at glazed na gluten-free na mga eclair na ilagay sa refrigerator sa loob ng mga 30 minuto.
m) Ihain nang malamig at tamasahin ang gluten-free na bersyon ng mga masasarap na chocolate eclair na ito!

25. Chocolate at Salted Caramel Éclairs

MGA INGREDIENTS:
PARA SA CHOUX PASTRY:
- 1 tasang tubig
- 1/2 tasa unsalted butter
- 1 tasang all-purpose na harina
- 4 malalaking itlog

PARA SA PAGPUPUNO:
- 2 tasang salted caramel cream
- Karagdagang asin sa dagat para sa dekorasyon

PARA SA CHOCOLATE GLAZE:
- 1/2 tasa ng dark chocolate, tinadtad
- 1/4 tasa unsalted butter
- 1 tasang may pulbos na asukal
- 1/4 tasa ng mainit na tubig

MGA TAGUBILIN:
CHOUX PASTRY:
a) Painitin muna ang iyong oven sa 375°F (190°C) at lagyan ng parchment paper ang isang baking sheet.
b) Sa isang kasirola, pagsamahin ang tubig at mantikilya. Init sa katamtamang apoy hanggang sa matunaw ang mantikilya at kumulo ang timpla.
c) Alisin mula sa init, idagdag ang harina, at pukawin nang masigla hanggang sa ang timpla ay bumubuo ng isang bola.
d) Hayaang lumamig ang kuwarta sa loob ng ilang minuto, pagkatapos ay idagdag ang mga itlog nang paisa-isa, matalo nang mabuti pagkatapos ng bawat karagdagan.
e) Ilipat ang kuwarta sa isang piping bag at pipe eclairs papunta sa inihandang baking sheet.
f) Maghurno ng mga 30 minuto o hanggang sa maging golden brown. Hayaang lumamig.

PAGPUPUNO:
g) Maghanda ng salted caramel cream sa pamamagitan ng pagsasama ng sea salt sa isang pangunahing pastry cream o custard.

h) Kapag lumamig na ang choux pastry, punan ang mga eclair sa pamamagitan ng pag-inject o pagkalat ng salted caramel cream sa gitna.

CHOCOLATE GLAZE:

i) Sa isang mangkok na hindi tinatablan ng init, tunawin ang maitim na tsokolate at mantikilya sa isang double boiler.
j) Alisin mula sa init, magdagdag ng powdered sugar, at unti-unting haluin sa mainit na tubig hanggang makinis.
k) Isawsaw ang tuktok ng bawat eclair sa chocolate glaze, na nagpapahintulot sa labis na tumulo.
l) Magwiwisik ng isang kurot ng sea salt sa ibabaw ng bawat chocolate-glazed eclair para sa dagdag na pagsabog ng salted caramel flavor.
m) Hayaang mag-set ang filled at glazed eclairs sa refrigerator nang mga 30 minuto.
n) Ihain nang malamig at tamasahin ang napakasarap na kumbinasyon ng tsokolate at salted caramel sa mga éclair na ito!

26.Mga Éclair ng Chocolate na Puno ng Praline

MGA INGREDIENTS:
PARA SA CHOUX PASTRY:
- 1 tasang tubig
- 1/2 tasa unsalted butter
- 1 tasang all-purpose na harina
- 4 malalaking itlog

PARA SA PAGPUPUNO:
- 2 tasang hazelnut praline cream

PARA SA CHOCOLATE GLAZE:
- 1/2 tasa ng dark chocolate, tinadtad
- 1/4 tasa unsalted butter
- Durog na hazelnuts para sa dekorasyon

MGA TAGUBILIN:
CHOUX PASTRY:
a) Painitin muna ang iyong oven sa 375°F (190°C) at lagyan ng parchment paper ang isang baking sheet.
b) Sa isang kasirola, pagsamahin ang tubig at mantikilya. Init sa katamtamang apoy hanggang sa matunaw ang mantikilya at kumulo ang timpla.
c) Alisin mula sa init, idagdag ang harina, at pukawin nang masigla hanggang sa ang timpla ay bumubuo ng isang bola.
d) Hayaang lumamig ang kuwarta sa loob ng ilang minuto, pagkatapos ay idagdag ang mga itlog nang paisa-isa, matalo nang mabuti pagkatapos ng bawat karagdagan.
e) Ilipat ang kuwarta sa isang piping bag at pipe eclairs papunta sa inihandang baking sheet.
f) Maghurno ng mga 30 minuto o hanggang sa maging golden brown. Hayaang lumamig.

PAGPUPUNO:
g) Maghanda ng hazelnut praline cream sa pamamagitan ng pagsasama ng mga durog na hazelnut sa isang pangunahing pastry cream o custard.
h) Kapag lumamig na ang choux pastry, punan ang mga eclair sa pamamagitan ng pag-inject o pagkalat ng hazelnut praline cream sa gitna.

CHOCOLATE GLAZE:

i) Sa isang mangkok na hindi tinatablan ng init, tunawin ang maitim na tsokolate at mantikilya sa isang double boiler.
j) Isawsaw ang tuktok ng bawat eclair sa chocolate glaze, na nagpapahintulot sa labis na tumulo.
k) Budburan ang mga durog na hazelnut sa ibabaw ng bawat eclair para sa karagdagang lasa at texture.
l) Hayaang mag-set ang filled at glazed eclairs sa refrigerator nang mga 30 minuto.
m) Ihain ang pinalamig at tikman ang masarap na kumbinasyon ng praline at tsokolate sa mga éclair na ito!

27. Chocolate Pistachio Éclairs

MGA INGREDIENTS:
PARA SA CHOUX PASTRY:
- 1 tasang tubig
- 1/2 tasa unsalted butter
- 1 tasang all-purpose na harina
- 4 malalaking itlog

PARA SA PAGPUPUNO:
- 2 tasang pistachio pastry cream

PARA SA CHOCOLATE GLAZE:
- 1/2 tasa ng dark chocolate, tinadtad
- 1/4 tasa unsalted butter
- Dinurog na pistachios para sa dekorasyon

MGA TAGUBILIN:
CHOUX PASTRY:
a) Painitin muna ang iyong oven sa 375°F (190°C) at lagyan ng parchment paper ang isang baking sheet.
b) Sa isang kasirola, pagsamahin ang tubig at mantikilya. Init sa katamtamang apoy hanggang sa matunaw ang mantikilya at kumulo ang timpla.
c) Alisin mula sa init, idagdag ang harina, at pukawin nang masigla hanggang sa ang timpla ay bumubuo ng isang bola.
d) Hayaang lumamig ang kuwarta sa loob ng ilang minuto, pagkatapos ay idagdag ang mga itlog nang paisa-isa, matalo nang mabuti pagkatapos ng bawat karagdagan.
e) Ilipat ang kuwarta sa isang piping bag at pipe eclairs papunta sa inihandang baking sheet.
f) Maghurno ng mga 30 minuto o hanggang sa maging golden brown. Hayaang lumamig.

PAGPUPUNO:
g) Maghanda ng pistachio pastry cream sa pamamagitan ng pagsasama ng mga dinurog na pistachio sa isang pangunahing pastry cream o custard.
h) Kapag lumamig na ang choux pastry, punan ang mga eclair sa pamamagitan ng pag-inject o pagkalat ng pistachio pastry cream sa gitna.

CHOCOLATE GLAZE:
i) Sa isang mangkok na hindi tinatablan ng init, tunawin ang maitim na tsokolate at mantikilya sa isang double boiler.
j) Isawsaw ang tuktok ng bawat eclair sa chocolate glaze, na nagpapahintulot sa labis na tumulo.
k) Iwiwisik ang mga durog na pistachio sa ibabaw ng bawat eclair para sa karagdagang lasa at texture.
l) Hayaang mag-set ang filled at glazed eclairs sa refrigerator nang mga 30 minuto.
m) Ihain nang malamig at tamasahin ang masarap na kumbinasyon ng tsokolate at pistachio sa mga éclair na ito!

28. Chocolate Mousse Éclairs

MGA INGREDIENTS:
PARA SA CHOUX PASTRY:
- 1 tasang tubig
- 1/2 tasa unsalted butter
- 1 tasang all-purpose na harina
- 4 malalaking itlog

PARA SA CHOCOLATE MOUSSE FILLING:
- 1 1/2 tasa mabigat na cream
- 1 tasa ng maitim na tsokolate, tinadtad
- 1/4 tasa ng butil na asukal
- 1 kutsarita vanilla extract

PARA SA CHOCOLATE GLAZE:
- 1/2 tasa ng dark chocolate, tinadtad
- 1/4 tasa unsalted butter
- 1 tasang may pulbos na asukal
- 1/4 tasa ng mainit na tubig

MGA TAGUBILIN:
CHOUX PASTRY:

a) Painitin muna ang iyong oven sa 375°F (190°C) at lagyan ng parchment paper ang isang baking sheet.

b) Sa isang kasirola, pagsamahin ang tubig at mantikilya. Init sa katamtamang apoy hanggang sa matunaw ang mantikilya at kumulo ang timpla.

c) Alisin mula sa init, idagdag ang harina, at pukawin nang masigla hanggang sa ang timpla ay bumubuo ng isang bola.

d) Hayaang lumamig ang kuwarta sa loob ng ilang minuto, pagkatapos ay idagdag ang mga itlog nang paisa-isa, matalo nang mabuti pagkatapos ng bawat karagdagan.

e) Ilipat ang kuwarta sa isang piping bag at pipe éclairs papunta sa inihandang baking sheet.

f) Maghurno ng mga 30 minuto o hanggang sa maging golden brown. Hayaang lumamig.

CHOCOLATE MOUSSE FILLING:

g) Sa isang mangkok na hindi tinatablan ng init, tunawin ang maitim na tsokolate sa isang double boiler o sa microwave, haluin hanggang makinis. Hayaang lumamig nang bahagya.

h) Sa isang hiwalay na mangkok, latigo ang mabigat na cream hanggang sa mabuo ang malambot na mga taluktok. Magdagdag ng asukal at vanilla extract, at ipagpatuloy ang paghagupit hanggang sa mabuo ang stiff peak.
i) Dahan-dahang tiklupin ang tinunaw na tsokolate sa whipped cream hanggang sa maayos na pinagsama.
j) Kapag lumamig na ang éclairs, punuin ang mga ito ng chocolate mousse sa pamamagitan ng pag-inject o pagkalat ng mousse sa gitna.

CHOCOLATE GLAZE:
k) Sa isang mangkok na hindi tinatablan ng init, tunawin ang maitim na tsokolate at mantikilya sa isang double boiler.
l) Alisin mula sa init, magdagdag ng powdered sugar, at unti-unting haluin sa mainit na tubig hanggang makinis.
m) Isawsaw ang tuktok ng bawat éclair sa chocolate glaze, na nagpapahintulot na tumulo ang labis.
n) Pahintulutan ang napuno at glazed na mga éclair na ilagay sa refrigerator sa loob ng mga 30 minuto.
o) Ihain nang malamig at tamasahin ang dekadent at creamy na Chocolate Mousse Éclairs

FRUITY ECLAIRS

29. Raspberry-Peach Mousse Eclairs

MGA INGREDIENTS:
ECLAIR DOUGH:
- 3 malalaking itlog, sa temperatura ng silid
- 2/3 tasa ng tubig
- 5 kutsarang unsalted butter, gupitin sa 1/2-inch cubes
- 3/16 kutsarita ng asin
- 2/3 tasa sifted all-purpose flour
- 1/2 kutsarita ng lemon zest

RASPBERRY-PEACH MOUSSE FILLING:
- 1/4 tasa malamig na tubig
- 1 sobre na walang lasa na may pulbos na gulaman
- 1 tasa mabigat na cream, hinati
- 1 kutsarang butil na asukal
- 4 ounces Swiss white chocolate, tinadtad nang magaspang
- 1/2 tasa ng frozen raspberries, lasaw
- 2 kutsarang Chambord liqueur
- 1/2 tasa ng pinong tinadtad na sariwa o de-latang mga milokoton

RASPBERRY SAUCE:
- 1 bag (12 oz) frozen raspberry
- 3/4 tasa ng butil na asukal
- 2 kutsarang Chambord liqueur

PALAMUTI:
- Asukal ng mga confectioner
- Mga hiwa ng peach
- Mint (opsyonal)

MGA TAGUBILIN:
ECLAIR DOUGH:
a) Painitin muna ang oven sa 425 degrees F. Linya ang dalawang baking sheet na may baking parchment.
b) Sa isang glass measuring cup, haluin ang mga itlog hanggang sa maghalo. Magreserba ng 2 kutsara ng pinalo na itlog sa isang maliit na tasa.
c) Sa isang medium heavy saucepan, pagsamahin ang tubig, mantikilya, at asin. Init sa katamtamang init hanggang sa matunaw ang mantikilya.

d) Dagdagan ang init sa medium-high at dalhin ang timpla sa isang pigsa. Alisan sa init.
e) Gamit ang wire whisk, ihalo ang harina at lemon zest. Haluin nang masigla hanggang sa makinis ang timpla at humiwalay sa gilid ng kawali.
f) Ibalik ang kawali sa init, patuloy na pagpapakilos gamit ang isang kahoy na kutsara. Magluto ng 30 hanggang 60 segundo hanggang ang i-paste ay bumuo ng napakakinis na bola.
g) Ilipat ang paste sa isang malaking mangkok.
h) Ibuhos ang nakareserbang 1/2 tasa ng pinalo na itlog sa ibabaw ng i-paste at talunin nang malakas gamit ang isang kahoy na kutsara sa loob ng 45 hanggang 60 segundo hanggang ang timpla ay bumuo ng isang makinis, malambot na kuwarta.
i) Punan ang isang pastry bag na may 5/16-inch plain tip na may eclair dough. I-pipe ang 4 1/2-inch strips na humigit-kumulang 1/2-inch ang lapad sa mga inihandang baking sheet, na nag-iiwan ng humigit-kumulang 1 1/2 pulgada sa pagitan ng mga eclair.
j) Banayad na i-brush ang tuktok ng eclairs gamit ang natitirang pinalo na itlog.
k) I-bake ang mga eclair sa loob ng 10 minuto, pagkatapos ay bawasan ang temperatura ng oven sa 375 degrees F. Ipagpatuloy ang pagluluto sa loob ng 20 hanggang 25 minuto hanggang sa sila ay maging malalim na ginintuang kayumanggi. Ilipat sa isang wire rack at ganap na palamig.

RASPBERRY-PEACH MOUSSE FILLING:
l) Ilagay ang malamig na tubig sa isang maliit na tasa. Iwiwisik ang gelatin sa ibabaw ng tubig at hayaang tumayo ito ng 5 minuto para lumambot ang gulaman.
m) Sa isang maliit na kasirola, pagsamahin ang 1/2 tasa ng cream at ang asukal. Magluto sa katamtamang init, patuloy na pagpapakilos, hanggang sa kumulo ang timpla.
n) Idagdag ang pinalambot na gulaman sa mainit na cream at haluin hanggang sa ganap na matunaw ang gulaman.
o) Sa isang food processor, iproseso ang puting tsokolate hanggang sa makinis na tinadtad. Idagdag ang pinaghalong mainit na cream at iproseso hanggang sa ganap na makinis.

p) Idagdag ang lasaw na raspberry at Chambord sa pinaghalong puting tsokolate. Iproseso hanggang makinis.
q) Ilipat ang timpla sa isang daluyan na mangkok at ihalo ang tinadtad na mga milokoton.
r) Sa isang malamig na medium na mangkok, gamit ang isang hand-held electric mixer na nakatakda sa katamtamang bilis, talunin ang natitirang 1/2 tasa ng cream hanggang sa magsimulang mabuo ang malambot na mga taluktok.
s) Dahan-dahang tiklupin ang whipped cream sa white-chocolate raspberry mixture.
t) Takpan ang ibabaw ng mousse ng plastic wrap at palamigin sa loob ng 15 minuto, o hanggang sa lumapot ito sa yugto kung saan ito ay bumubuo ng malambot na mga punso. Huwag hayaang ganap na matuyo ang mousse.

RASPBERRY SAUCE:
u) Sa isang katamtamang kasirola, pagsamahin ang mga frozen na raspberry at asukal. Magluto sa katamtamang init, patuloy na pagpapakilos, hanggang ang asukal ay ganap na matunaw at ang mga berry ay malambot. Huwag hayaang kumulo ang timpla.
v) Salain ang pinaghalong raspberry sa pamamagitan ng fine-meshed salaan sa isang mangkok.
w) Haluin ang Chambord. Takpan at palamigin hanggang ihain.

MAGTITIPON ANG MGA ECLAIR:
x) Hatiin ang mga eclair sa kalahati at alisin ang anumang basa-basa na kuwarta.
y) Punan ang bawat eclair ng mga tatlong kutsara ng raspberry-peach mousse filling.
z) Palitan ang tuktok ng eclair.
aa) Alikabok ang mga eclair ng asukal ng mga confectioner, kung ninanais.
bb) Ibuhos ang ilan sa raspberry sauce sa bawat dessert plate.
cc) Itaas na may eclair.
dd) Palamutihan ng mga hiwa ng peach at mint kung ninanais.

30. Kahel Eclairs

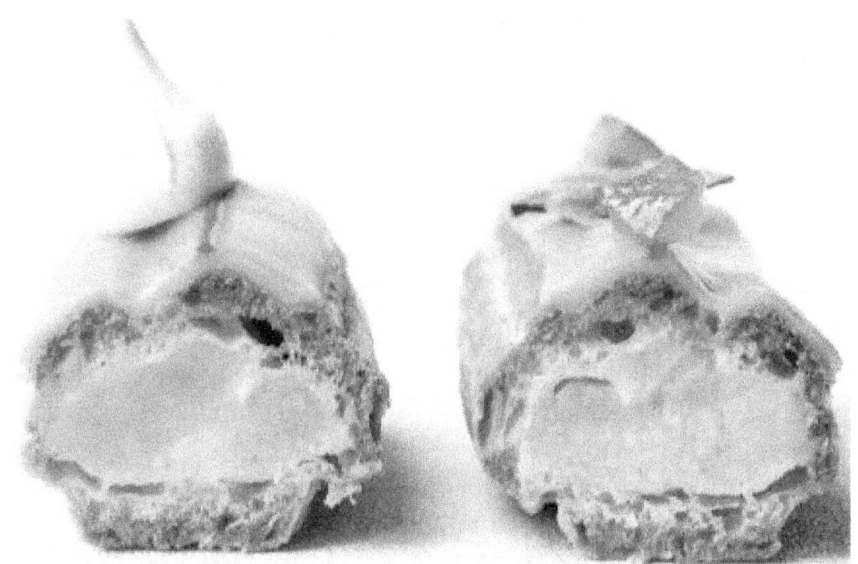

MGA INGREDIENTS:
ECLAIRS:
- 3 kutsarang 70% buttermilk-vegetable oil spread
- 1/4 kutsarita ng asin
- 3/4 tasa ng all-purpose na harina
- 2 itlog
- 1 puti ng itlog

PASTRY CREAM:
- 2/3 tasa 1% mababang taba na gatas
- 3 kutsarang asukal
- 4 na kutsarita na all-purpose na harina
- 2 kutsarita ng gawgaw
- 1/8 kutsarita ng asin
- 1 pula ng itlog
- 1 kutsarita 70% buttermilk-vegetable oil spread
- 2 kutsarita na gadgad na orange zest
- 1 kutsarita ng orange extract
- 1/2 kutsarita ng vanilla
- 12 tasang frozen nonfat, nondairy whipped topping, lasaw

CHOCOLATE GLAZE:
- 1/4 tasa low-fat sweetened condensed milk
- 2 kutsarang unsweetened cocoa powder
- 2-4 kutsarita ng tubig (kung kinakailangan)

MGA TAGUBILIN:
ECLAIRS:
a) Sa isang maliit na kasirola, pagsamahin ang langis ng gulay, asin, at 3/4 tasa ng tubig. Pakuluan. Alisan sa init.
b) Magdagdag ng harina nang sabay-sabay at mabilis na ihalo gamit ang isang kahoy na kutsara hanggang sa ang timpla ay magkakasama sa isang bola.
c) Ilagay ang kasirola sa mahinang apoy sa loob ng 3-4 minuto upang matuyo ang kuwarta, patuloy na paghahalo sa isang kahoy na kutsara. Ang kuwarta ay dapat na malambot at hindi malagkit.

d) Ilipat ang kuwarta sa isang food processor o isang malaking mangkok ng isang heavy-duty electric mixer. Palamig ng 5 minuto.
e) Magdagdag ng mga itlog at puti ng itlog, isa-isa, paghahalo hanggang sa ganap na makinis pagkatapos ng bawat karagdagan.
f) Pahiran ng nonstick spray ang isang baking sheet. Punan ang isang malaking pastry bag (nang walang tip) sa kuwarta. Pigain ang 8 eclair, bawat isa ay 1" ang lapad at 4" ang haba, papunta sa baking sheet. Hayaang tumayo ang mga ito nang hindi bababa sa 10 minuto upang matuyo.
g) Painitin muna ang oven sa 375°F. Maghurno ng 35-40 minuto o hanggang maging ginintuang at maluto lahat. Ilipat sa isang rack upang palamig.

PASTRY CREAM:
h) Sa isang maliit na kasirola, haluin ang gatas, asukal, harina, gawgaw, at asin hanggang sa maghalo.
i) Magluto sa katamtamang init, patuloy na pagpapakilos, hanggang sa kumulo at lumapot ang timpla, 4-5 minuto.
j) Alisan sa init. Sa isang maliit na mangkok, bahagyang talunin ang pula ng itlog. Dahan-dahang ihalo ang humigit-kumulang 1/4 tasa ng mainit na pinaghalong gatas.
k) Ibalik ang pinaghalong pula ng itlog sa pinaghalong gatas sa kawali. Ibalik ang kawali sa katamtamang mababang init at haluin ang timpla hanggang sa magsimula itong kumulo, mga 30 segundo. Alisan sa init.
l) Haluin ang vegetable oil spread, zest, at orange at vanilla extract hanggang makinis at matunaw. Ilipat sa isang mangkok.
m) Pindutin ang plastic wrap nang direkta sa ibabaw. Palamig sa temperatura ng silid, pagkatapos ay palamig nang lubusan sa refrigerator, mga 2 oras.
n) Tiklupin sa whipped topping. Palamigin hanggang handa na mag-assemble.

PAGTITIPON NG MGA ECLAIR:
o) Gupitin ang bawat eclair sa kalahating pahaba.
p) Kutsara ang tungkol sa 3 kutsara ng pastry cream sa bawat ilalim ng eclair. Palitan ang mga pang-itaas.

CHOCOLATE GLAZE:

q) Sa isang maliit na kasirola, pagsamahin ang condensed milk at cocoa powder.
r) Init sa mahinang apoy, patuloy na pagpapakilos, hanggang sa ang timpla ay bula at lumapot, 1-2 minuto.
s) Kumalat sa tuktok ng mga eclair. Kung ang glaze ay masyadong makapal, manipis na may 2-4 na kutsarita ng tubig.
t) Ihain kaagad at tamasahin ang masarap na Eclairs à l'Orange!

31. Passion Fruit Eclairs

MGA INGREDIENTS:
PARA SA MGA ECLAIR:
- ½ tasang Anolted Butter
- 1 tasang Tubig
- 1 tasang All-Purpose Flour
- ¼ kutsarita ng Kosher Salt
- 4 na Itlog

PARA SA PASSION FRUIT PASTRY CREAM:
- 6 Passion Fruit (juiced)
- 5 Yolks ng Itlog
- ⅓ tasa ng Corn Starch
- ¼ kutsarita ng Kosher Salt
- ⅔ tasa ng Granulated Sugar
- 2 tasang Buong Gatas
- 1 kutsarang Mantikilya

MGA TAGUBILIN:
PARA SA MGA ECLAIR:
a) Painitin muna ang oven sa 425°F.
b) Sa isang malaking palayok sa kalan, pakuluan ang tubig at mantikilya.
c) Gumalaw sa asin, at pagkatapos na matunaw, magdagdag ng harina, pagpapakilos hanggang sa ito ay bumuo ng isang gelatinous ball.
d) Ilipat ang mainit na kuwarta sa isang mangkok ng paghahalo at hayaan itong lumamig ng 2 minuto.
e) Magdagdag ng mga itlog nang paisa-isa, pagpapakilos hanggang sa ganap na maisama.
f) Ilipat ang kuwarta sa isang piping bag.
g) Sa isang baking sheet na nilagyan ng parchment, i-pipe ang 3-inch long tubes ng dough.
h) Maghurno hanggang sa ginintuang kayumanggi, humigit-kumulang 20-25 minuto.
i) Hayaang lumamig ang mga eclair at pagkatapos ay hatiin ang mga ito sa kalahati, i-sandwich ang filling sa pagitan ng mga kalahati, o gumamit ng pastry bag upang i-pipe ang laman sa loob.

PARA SA PASSION FRUIT PASTRY CREAM:
j) Juice ang passion fruit, pilitin upang alisin ang mga buto.
k) Sa isang mangkok, pagsamahin ang mga pula ng itlog, cornstarch, asin, at asukal.
l) Dahan-dahang magdagdag ng mainit na gatas sa pinaghalong itlog habang patuloy na hinahalo upang maiwasan ang pag-scrambling.
m) Ibuhos muli ang timpla sa isang kasirola at init sa katamtamang apoy hanggang sa lumapot ito na parang puding.
n) Alisin mula sa init, magdagdag ng passion fruit juice at mantikilya sa mainit na pastry cream, pagpapakilos hanggang sa ganap na pinagsama.
o) Hayaang lumamig ang pastry cream sa temperatura ng kuwarto, pagkatapos ay palamigin na natatakpan ng plastic wrap hanggang sa 3 araw.
p) Kapag handa nang mag-assemble, ilipat ang pinalamig na pastry cream sa isang pastry bag, hiwain ang eclair, at punuin ang loob ng cream.

32. Whole Wheat Fruity Eclairs

MGA INGREDIENTS:
CHOUX PASTRY:
- ½ tasang tubig
- ¼ tasa ng unsalted butter
- Kurot ng asin
- ¼ tasang All-Purpose Flour
- ¼ tasa ng buong harina ng trigo
- 2 piraso buong itlog

PAGPUPUNO:
- 1 tasang nonfat milk – o nondairy nut milk
- 2 kutsarang timpla ng asukal sa stevia
- 1 pirasong pula ng itlog
- 2 kutsarang Cornstarch
- Kurot ng asin
- 1 kutsarita ng vanilla
- ½ tasa ng whipping cream
- Mga sariwang prutas para sa topping

MGA TAGUBILIN:
a) Painitin muna ang oven sa 375 °F/190Grase at linyahan ang isang cookie sheet.
b) Sa isang kasirola, pagsamahin ang tubig, mantikilya at asin. Painitin hanggang matunaw ang mantikilya at kumulo ang tubig. Ibaba ang init. Magdagdag ng mga harina at pukawin nang masigla hanggang sa umalis ang timpla sa mga gilid ng kawali. Alisin mula sa init at palamig nang bahagya. Gamit ang isang kahoy na kutsara; Talunin ang mga itlog nang paisa-isa, hanggang sa makinis.
c) Ipagpatuloy ang paghampas hanggang sa napakakinis at makintab. Ilipat ang timpla sa isang pastry bag. I-pipe out ang mga strip na mga 3-pulgada ang haba, at 2 pulgada ang layo. Maghurno sa 375F para sa 30-45 minuto; ipagpatuloy ang pagluluto hanggang ang mga éclair ay kayumanggi at ganap na tuyo. Palamig sa mga wire rack.

MAGHANDA NG CREAM FILLING:
d) Sa isang kasirola, pagsamahin ang asukal, gawgaw, asin, gatas at pula ng itlog. Magluto sa katamtamang mababang init,

patuloy na pagpapakilos hanggang sa lumapot ang timpla. Alisan sa init. Haluin ang vanilla. Palamigin upang lumamig.

e) Kapag lumamig na ang custard, maingat na itupi sa whipped cream. Ilagay sa isang piping bag.

PARA MAGTITIPON:

f) Punan ang mga pastry na may cream filling at palamutihan ng mga sariwang prutas.

g) maglingkod.

33. Passion Fruit at Raspberry Éclairs

MGA INGREDIENTS:
PARA SA NEUTRAL GLAZE:
- 125g Tubig
- 5g NH pectin (1 kutsarita)
- 30g Granulated sugar
- 100g Granulated sugar
- 8g Glucose syrup

PARA SA PASSION FRUIT CREAM:
- 75g Passion fruit juice (mga 7 prutas)
- 10g lemon juice
- 1 g gelatin
- 105g Itlog (~2)
- 85g Granulated sugar
- 155g Mantikilya (temperatura ng kwarto)

PARA SA RASPBERRY CONFIT:
- 60g Granulated sugar
- 4g Pectin (halos isang kutsarita)
- 90 g ng raspberry juice
- 30g glucose syrup
- 20g lemon juice

PARA SA CHOUX PASTRY:
- 85g ng Gatas
- 85g Tubig
- 1 kurot na Asin
- 85g unsalted butter
- 85g harina ng tinapay
- 148g na Itlog
- 3g ng Asukal
- 1 katas ng vanilla

DECORATION:
- 100g Almond paste (na may 50% ng mga almendras)
- Dilaw na pangkulay (kung kinakailangan)
- Pangkulay ng orange (kung kinakailangan)
- Kislap ng gintong pagkain (opsyonal)
- 20 Mga sariwang raspberry

MGA TAGUBILIN:
PARA SA NEUTRAL GLAZE:
a) Paghaluin ang 30g ng asukal sa pectin.
b) Init ang tubig sa isang kasirola, isama ang asukal at pectin habang patuloy na hinahalo.
c) Idagdag ang natitirang asukal at glucose, patuloy na pagpapakilos, at pakuluan.
d) Salain ang pinaghalong at palamigin nang hindi bababa sa 24 na oras bago gamitin.

PARA SA PASSION FRUIT CREAM:
e) Gupitin ang mga passion fruit sa dalawa, kunin ang pulp, pilitin upang makuha ang katas.
f) Hayaang mamukadkad ang gelatin sa passion fruit juice sa loob ng 5 minuto.
g) Pagsamahin ang passion fruit juice, lemon juice, asukal, at mga itlog sa isang mangkok sa kumukulong tubig, ihalo hanggang lumapot.
h) Palamigin ang cream nang mabilis sa 45°C, pagkatapos ay idagdag ang diced butter sa dalawang beses, ihalo sa isang immersion blender. Palamigin sa isang piping bag.

PARA SA RASPBERRY CONFIT:
i) Paghaluin at salain ang mga sariwang raspberry upang alisin ang mga buto (ang kabuuang timbang pagkatapos ng hakbang na ito ay dapat na 90g).
j) Pakuluan ang raspberry juice, ihalo ang asukal at pectin, idagdag sa mga raspberry, at pakuluan. Palamigin hanggang kailanganin.

PARA SA CHOUX PASTRY:
k) Pakuluan ang gatas, tubig, asin, at mantikilya sa isang kasirola. Siguraduhin na ang mantikilya ay ganap na natunaw.
l) Alisin mula sa init, magdagdag ng harina, pukawin, at ilagay muli ang kawali sa init, matalo hanggang ang masa ay lumayo mula sa mga gilid at mag-iwan ng manipis na pelikula sa ilalim.
m) Ilipat ang kuwarta sa isang mangkok, hayaang lumamig, at idagdag ang mga itlog nang paisa-isa hanggang sa makintab ngunit matatag. I-pipe ang 11cm stripes sa isang greased o parchment-lineed oven tray.

n) Painitin ang hurno sa 250°C, patayin ito, iwanan ang tray sa loob ng 12-16 minuto. I-on ang oven sa 160°C, magluto ng 25-30 minuto pa.

PAGTITIPON NG MGA ÉCLAIR:

o) Gumawa ng tatlong butas sa ilalim ng mga inihurnong éclair gamit ang dulo ng kutsilyo.

p) Punan ang mga éclair ng isang maliit na dami ng raspberry confit, pagkatapos ay punuin ang mga ito nang lubusan ng passion fruit cream.

q) Gumamit ng almond paste na may pangkulay upang makakuha ng mainit na dilaw na kulay, gupitin ito sa hugis ng isang éclair.

r) Init ang 120g ng neutral glaze hanggang sa likido (hindi hihigit sa 40°C).

s) I-brush ang tuktok ng éclairs ng neutral glaze, ilagay ang almond paste na takip sa itaas.

t) Magdagdag ng golden glitter sa natitirang glaze, glaze almond paste sa itaas, pagkatapos ay magdagdag ng mga hiniwang raspberry at isang dash ng natitirang raspberry confit.

34. Mga Strawberry at Cream Eclairs

MGA INGREDIENTS:
PARA SA MGA ECLAIR:
- 80 gramo (1/3 tasa) ng tubig
- 80 gramo (1/3 tasa) buong gatas
- 72 gramo (5 kutsara) unsalted butter
- 3 gramo (3/4 kutsarita) superfine na asukal
- 2.5 gramo (1/2 kutsarita) asin
- 90 gramo (3/4 tasa) puting harina ng tinapay
- 155 gramo (5 1/2 onsa) pinalo na itlog (3 medium na itlog)

PARA sa pagpuno:
- 300 mililitro (1 1/4 tasa) mabigat na cream
- 1 kutsarang superfine sugar
- 1 kutsarita ng vanilla
- May pulbos na asukal, sa alikabok
- 8 hanggang 10 strawberry, hiniwa

MGA TAGUBILIN:
PARA SA MGA ECLAIR:
a) Sa isang kasirola sa katamtamang init, pagsamahin ang tubig, gatas, mantikilya, superfine na asukal, at asin. Dalhin ang timpla sa isang banayad na pigsa (mga 1 minuto).
b) Sa sandaling kumulo, magdagdag ng harina at haluin nang palagian hanggang sa ito ay bumuo ng isang makintab na bola ng kuwarta (mga 2 minuto).
c) Ilipat ang kuwarta sa isang malaking mangkok at hayaang lumamig ng 2 minuto.
d) Dahan-dahang magdagdag ng isang-kapat ng pinalo na pinaghalong itlog, paghahalo sa isang kahoy na kutsara hanggang sa maging homogenous.
e) Ipagpatuloy ang pagdaragdag ng itlog nang dahan-dahan hanggang ang masa ay umabot sa dropping stage (malaglag ang kutsara sa loob ng 3 segundo). Mag-ingat na huwag gawing masyadong matunaw ang pinaghalong.
f) Ilipat ang kuwarta sa isang piping bag na nilagyan ng French star tip nozzle. I-pipe ang sampung 5-pulgadang linya ng kuwarta sa isang baking sheet na nilagyan ng silicone mat o parchment paper. I-freeze ng 20 minuto.

g) Painitin muna ang hurno sa 205 degrees C/400 degrees F.
h) Bago idagdag ang mga eclair, magdagdag ng 2 kutsarang tubig sa ilalim ng oven upang lumikha ng singaw. Ilagay kaagad ang mga eclair sa oven, ibaba ang temperatura sa 160 degrees C/320 degrees F, at maghurno hanggang sa ginintuang kayumanggi (30 hanggang 35 minuto). Hayaang lumamig.

PARA SA PAGPUPUNO:
i) Pagsamahin ang cream, superfine sugar, at vanilla hanggang sa mabuo ang napakalambot na mga taluktok.
j) Ilipat ang timpla sa isang piping bag na nilagyan ng French star tip nozzle o isa pang pandekorasyon na tip.

ASSEMBLY:
k) Hatiin ang pinalamig na mga shell ng eclair sa kalahating pahaba upang lumikha ng mga tuktok at ilalim na mga shell.
l) Bahagyang lagyan ng alikabok ang tuktok na mga shell ng powdered sugar.
m) Sa ilalim na mga shell, ilagay ang mga hiniwang strawberry, pagkatapos ay pipe whipped cream sa isang umiikot na paggalaw sa itaas.
n) Ilagay ang mga tuktok na shell sa cream, pagkatapos ay i-pipe ang mas maraming whipped cream sa maliliit na dollops sa mga tuktok at palamutihan ng karagdagang mga sariwang strawberry.

35. Mixed Berry Eclairs

MGA INGREDIENTS:
PARA SA CHOUX PASTRY:
- 1 tasang tubig
- 1/2 tasa unsalted butter
- 1 tasang all-purpose na harina
- 1/2 kutsarita ng asin
- 1 kutsarang asukal
- 4 malalaking itlog

PARA SA MIXED BERRY FILLING:
- 1 tasa ng strawberry, diced
- 1/2 tasa ng blueberries
- 1/2 tasa ng raspberry
- 1/4 tasa ng mga blackberry
- 1/4 tasa ng butil na asukal
- 1 kutsarang lemon juice
- 1 kutsarang gawgaw na hinaluan ng 2 kutsarang tubig (para sa pampalapot)

PARA SA VANILLA PASTRY CREAM:
- 2 tasang buong gatas
- 1/2 tasa ng butil na asukal
- 1/4 tasa ng gawgaw
- 4 malalaking pula ng itlog
- 2 kutsarita ng vanilla extract

PARA SA BERRY GLAZE:
- 1/2 tasa ng pinaghalong berry jam (sinala upang alisin ang mga buto)
- 2 kutsarang tubig

MGA TAGUBILIN:
CHOUX PASTRY:
a) Painitin muna ang iyong oven sa 425°F (220°C). Iguhit ang isang baking sheet na may parchment paper.
b) Sa isang kasirola sa katamtamang init, pagsamahin ang tubig, mantikilya, asin, at asukal. Pakuluan.
c) Alisin mula sa init at mabilis na ihalo ang harina hanggang sa mabuo ang masa.

d) Ibalik ang kawali sa mababang init at lutuin ang kuwarta, patuloy na pagpapakilos, para sa 1-2 minuto upang matuyo ito.
e) Ilipat ang kuwarta sa isang malaking mangkok ng paghahalo. Hayaang lumamig ng ilang minuto.
f) Magdagdag ng mga itlog nang paisa-isa, matalo nang mabuti pagkatapos ng bawat karagdagan hanggang sa makinis at makintab ang masa.
g) Ilipat ang kuwarta sa isang piping bag na nilagyan ng malaking bilog na dulo. I-pipe ang 4-inch long strips sa inihandang baking sheet.
h) Maghurno ng 15 minuto sa 425°F, pagkatapos ay bawasan ang temperatura sa 375°F (190°C) at maghurno ng karagdagang 20 minuto o hanggang sa ginintuang kayumanggi. Hayaang lumamig nang lubusan.

MIXED BERRY FILLING:
i) Sa isang kasirola, pagsamahin ang mga strawberry, blueberry, raspberry, blackberry, asukal, at lemon juice.
j) Magluto sa katamtamang apoy hanggang sa ang mga berry ay maglabas ng kanilang katas at maging malambot.
k) Haluin ang pinaghalong cornstarch-water at lutuin hanggang lumapot ang timpla.
l) Alisin sa init at hayaang lumamig.

VANILLA PASTRY CREAM:
m) Sa isang kasirola, init ang gatas hanggang sa umuusok ngunit hindi kumukulo.
n) Sa isang hiwalay na mangkok, haluin ang asukal, gawgaw, at pula ng itlog hanggang sa maayos na pagsamahin.
o) Dahan-dahang ibuhos ang mainit na gatas sa pinaghalong itlog, patuloy na paghahalo.
p) Ibalik ang timpla sa kasirola at lutuin sa katamtamang init, patuloy na pagpapakilos hanggang sa lumapot.
q) Alisin mula sa init, ihalo ang vanilla extract, at hayaan itong lumamig.

BERRY GLAZE:
r) Sa isang maliit na kasirola, painitin ang pinaghalong berry jam at tubig hanggang sa maging makinis ang glaze.
s) Salain upang maalis ang anumang buto.

ASSEMBLY:
t) Gupitin ang bawat pinalamig na eclair sa kalahati nang pahalang.
u) Kutsara o pipe vanilla pastry cream papunta sa ilalim na kalahati ng bawat eclair.
v) Kutsara ang pinaghalong berry filling sa pastry cream.
w) Ilagay ang tuktok na kalahati ng eclair sa pagpuno.
x) Ibuhos o i-brush ang berry glaze sa ibabaw ng bawat eclair.
y) Ihain nang malamig at tamasahin ang iyong kasiya-siyang Mixed Berry Eclairs!

36. Mga Eclair ng Raspberry at Lemon Meringue

MGA INGREDIENTS:
PARA SA CHOUX PASTRY:
- 1 tasang tubig
- 1/2 tasa unsalted butter
- 1 tasang all-purpose na harina
- 1/2 kutsarita ng asin
- 1 kutsarang asukal
- 4 malalaking itlog

PARA SA RASPBERRY FILLING:
- 1 tasang sariwang raspberry
- 1/4 tasa ng butil na asukal
- 1 kutsarang lemon juice

PARA SA LEMON CURD:
- 3 malalaking lemon, zest at juice
- 1 tasa ng butil na asukal
- 4 malalaking itlog
- 1/2 tasa unsalted butter, cubed

PARA SA MERINGUE TOPPING:
- 4 na puti ng itlog
- 1 tasa ng butil na asukal
- 1 kutsarita vanilla extract

MGA TAGUBILIN:
CHOUX PASTRY:
a) Painitin muna ang iyong oven sa 425°F (220°C). Iguhit ang isang baking sheet na may parchment paper.
b) Sa isang kasirola sa katamtamang init, pagsamahin ang tubig, mantikilya, asin, at asukal. Pakuluan.
c) Alisin mula sa init at mabilis na ihalo ang harina hanggang sa mabuo ang masa.
d) Ibalik ang kawali sa mababang init at lutuin ang kuwarta, patuloy na pagpapakilos, para sa 1-2 minuto upang matuyo ito.
e) Ilipat ang kuwarta sa isang malaking mangkok ng paghahalo. Hayaang lumamig ng ilang minuto.
f) Magdagdag ng mga itlog nang paisa-isa, matalo nang mabuti pagkatapos ng bawat karagdagan hanggang sa makinis at makintab ang masa.
g) Ilipat ang kuwarta sa isang piping bag na nilagyan ng malaking bilog na dulo. I-pipe ang 4-inch long strips sa inihandang baking sheet.
h) Maghurno ng 15 minuto sa 425°F, pagkatapos ay bawasan ang temperatura sa 375°F (190°C) at maghurno ng karagdagang 20 minuto o hanggang sa ginintuang kayumanggi. Hayaang lumamig nang lubusan.

RASPBERRY FILLING:
i) Sa isang kasirola, pagsamahin ang mga raspberry, asukal, at lemon juice.
j) Lutuin sa katamtamang init hanggang masira ang mga raspberry at lumapot ang timpla.
k) Alisin sa init at hayaang lumamig.

LEMON CURD:
l) Sa isang mangkok na hindi tinatablan ng init, haluin ang lemon zest, lemon juice, asukal, at mga itlog.
m) Ilagay ang mangkok sa ibabaw ng isang palayok ng kumukulong tubig, tiyaking ang ilalim ng mangkok ay hindi makakadikit sa tubig.
n) Haluin nang tuluy-tuloy hanggang sa lumapot ang timpla.
o) Alisin mula sa init at haluin sa cubed butter hanggang makinis.

p) Salain ang curd upang maalis ang anumang solids. Hayaang lumamig.

MERINGUE TOPPING:

q) Sa isang malinis at tuyo na mangkok, latigo ang mga puti ng itlog hanggang sa mabuo ang malambot na mga taluktok.
r) Dahan-dahang magdagdag ng asukal habang patuloy sa paghagupit hanggang sa mabuo ang stiff peak.
s) Dahan-dahang tiklupin ang vanilla extract.

ASSEMBLY:

t) Gupitin ang bawat pinalamig na eclair sa kalahati nang pahalang.
u) Kutsara o pipe lemon curd papunta sa ilalim na kalahati ng bawat eclair.
v) Kutsara ang raspberry filling sa ibabaw ng lemon curd.
w) Ilagay ang tuktok na kalahati ng eclair sa pagpuno.
x) Pipe o kutsarang meringue sa ibabaw ng bawat eclair.
y) Gumamit ng sulo sa kusina para bahagyang kayumanggi ang meringue o ilagay ang mga eclair sa ilalim ng broiler sa loob ng ilang segundo.
z) Ihain nang malamig at tamasahin ang kasiya-siyang kumbinasyon ng raspberry, lemon, at meringue sa bawat kagat!

37. Raspberry at Milk Chocolate Eclairs

MGA INGREDIENTS:
PARA SA CHOUX PASTRY:
- 1 tasang tubig
- 1/2 tasa unsalted butter
- 1 tasang all-purpose na harina
- 1/2 kutsarita ng asin
- 1 kutsarang asukal
- 4 malalaking itlog

PARA SA RASPBERRY FILLING:
- 1 tasang sariwang raspberry
- 1/4 tasa ng butil na asukal
- 1 kutsarang lemon juice

PARA SA MILK CHOCOLATE GANACHE:
- 200g gatas na tsokolate, pinong tinadtad
- 1 tasang mabigat na cream

MGA TAGUBILIN:
CHOUX PASTRY:
a) Painitin muna ang iyong oven sa 425°F (220°C). Iguhit ang isang baking sheet na may parchment paper.
b) Sa isang kasirola sa katamtamang init, pagsamahin ang tubig, mantikilya, asin, at asukal. Pakuluan.
c) Alisin mula sa init at mabilis na ihalo ang harina hanggang sa mabuo ang masa.
d) Ibalik ang kawali sa mababang init at lutuin ang kuwarta, patuloy na pagpapakilos, para sa 1-2 minuto upang matuyo ito.
e) Ilipat ang kuwarta sa isang malaking mangkok ng paghahalo. Hayaang lumamig ng ilang minuto.
f) Magdagdag ng mga itlog nang paisa-isa, matalo nang mabuti pagkatapos ng bawat karagdagan hanggang sa makinis at makintab ang masa.
g) Ilipat ang kuwarta sa isang piping bag na nilagyan ng malaking bilog na dulo. I-pipe ang 4-inch long strips sa inihandang baking sheet.
h) Maghurno ng 15 minuto sa 425°F, pagkatapos ay bawasan ang temperatura sa 375°F (190°C) at maghurno ng karagdagang 20

minuto o hanggang sa ginintuang kayumanggi. Hayaang lumamig nang lubusan.

RASPBERRY FILLING:
i) Sa isang kasirola, pagsamahin ang mga raspberry, asukal, at lemon juice.
j) Lutuin sa katamtamang init hanggang masira ang mga raspberry at lumapot ang timpla.
k) Alisin sa init at hayaang lumamig.

MILK CHOCOLATE GANACHE:
l) Ilagay ang pinong tinadtad na tsokolate ng gatas sa isang mangkok na hindi tinatablan ng init.
m) Sa isang kasirola, init ang mabigat na cream hanggang sa magsimula itong kumulo.
n) Ibuhos ang mainit na cream sa ibabaw ng tsokolate at hayaan itong umupo ng isang minuto.
o) Haluin hanggang makinis at makintab. Hayaang lumamig nang bahagya.

ASSEMBLY:
p) Gupitin ang bawat pinalamig na eclair sa kalahati nang pahalang.
q) Kutsara o pipe raspberry filling papunta sa ibabang kalahati ng bawat eclair.
r) Ilagay ang tuktok na kalahati ng eclair sa pagpuno.
s) Isawsaw ang tuktok ng bawat eclair sa milk chocolate ganache o kutsara ang ganache sa ibabaw.
t) Hayaang mag-set ang ganache ng ilang minuto.
u) Opsyonal: Ibuhos ang dagdag na ganache sa itaas para sa pandekorasyon na ugnayan.
v) Ihain at tamasahin ang napakasarap na kumbinasyon ng matamis na gatas na tsokolate at tart raspberry sa mga nakakatuwang eclair na ito!

38. Red Velvet Chocolate Raspberry Eclairs

MGA INGREDIENTS:
CHOUX PASTRY:
- 1 tasang tubig
- 1/2 tasa unsalted butter
- 1 tasang all-purpose na harina
- 1 kutsarang cocoa powder
- 1/4 kutsarita ng asin
- 4 malalaking itlog

RED VELVET CHOCOLATE PASTRY CREAM:
- 500 ML ng gatas
- 120 g ng asukal
- 50 g plain na harina
- 60 g pulbos ng kakaw
- 120 g yolks ng itlog (humigit-kumulang 6 na itlog)
- Pangkulay ng pulang pagkain

CHOCOLATE RASPBERRY GANACHE:
- 200 ML mabigat na cream
- 200 g maitim na tsokolate
- Raspberry extract o katas

MGA TAGUBILIN:
CHOUX PASTRY:
a) Painitin muna ang iyong oven sa 200°C (180°C fan) at lagyan ng parchment paper ang baking tray.
b) Sa isang kasirola, pagsamahin ang tubig, mantikilya, cocoa powder, at asin. Pakuluan sa katamtamang init.
c) Idagdag ang harina nang sabay-sabay, ihalo nang masigla hanggang sa mabuo ang makinis na masa. Magpatuloy sa pagluluto, pagpapakilos, para sa karagdagang 1-2 minuto.
d) Ilipat ang kuwarta sa isang mangkok ng paghahalo at hayaan itong lumamig nang bahagya.
e) Idagdag ang mga itlog nang paisa-isa, matalo nang mabuti pagkatapos ng bawat karagdagan, hanggang sa makinis at makintab ang masa.
f) Ilipat ang choux pastry sa isang piping bag at pipe sa mga hugis na éclair sa inihandang tray.

g) Maghurno hanggang sa maging golden brown at puffed up. Hayaang lumamig.

RED VELVET CHOCOLATE PASTRY CREAM:

h) Init ang gatas sa isang kasirola hanggang sa mainit ngunit hindi kumukulo.
i) Sa isang mangkok, haluin ang asukal, harina, at cocoa powder.
j) Dahan-dahang idagdag ang mga tuyong sangkap sa mainit na gatas, patuloy na paghahalo upang maiwasan ang mga bukol.
k) Sa isang hiwalay na mangkok, talunin ang mga pula ng itlog. Dahan-dahang magdagdag ng isang sandok ng mainit na pinaghalong gatas sa mga pula ng itlog, patuloy na paghahalo.
l) Ibuhos muli ang pinaghalong pula ng itlog sa kasirola at ipagpatuloy ang pagluluto hanggang sa lumapot ang pastry cream.
m) Alisin mula sa init, magdagdag ng pulang pangkulay ng pagkain hanggang sa makuha ang nais na kulay, at hayaan itong lumamig.

CHOCOLATE RASPBERRY GANACHE:

n) Init ang mabibigat na cream sa isang kasirola hanggang sa magsimula itong kumulo.
o) Ibuhos ang mainit na cream sa ibabaw ng maitim na tsokolate. Hayaang umupo ng isang minuto, pagkatapos ay haluin hanggang makinis.
p) Magdagdag ng raspberry extract o puree sa chocolate ganache para ma-infuse ang raspberry flavor.

ASSEMBLY:

q) Gupitin ang pinalamig na mga éclair sa kalahati nang pahalang.
r) Punan ang isang piping bag ng red velvet chocolate pastry cream at i-pipe ito sa ibabang kalahati ng bawat éclair.
s) Isawsaw ang tuktok ng bawat éclair sa chocolate raspberry ganache, na nagpapahintulot na tumulo ang labis.
t) Ilagay ang chocolate-dipped éclairs sa isang wire rack upang hayaang matuyo ang ganache.
u) Opsyonal, ibuhos ang karagdagang ganache sa itaas para sa karagdagang pagkabulok.

39. Banana Cream Pie Eclairs

MGA INGREDIENTS:
PARA SA MGA SHELLS:
- 1/2 tasa (115g) unsalted butter
- 1 kutsarang asukal
- 1/4 kutsarita ng asin
- 1 tasa (125g) all-purpose na harina
- 4 malalaking itlog sa temperatura ng silid

PARA sa PAGPUNO:
- 2 tasa (480ml) buong gatas (2% ay gagana rin)
- 1/3 tasa (65g) ng asukal
- 3 pula ng itlog
- 3 ½ kutsarang gawgaw
- 1 kutsarang purong vanilla extract
- 1 kutsarang vanilla bean paste
- 1/4 kutsarita kosher salt
- 1/2 tasa ng heavy whipping cream
- 2 saging

PARA SA CHOCOLATE GANACHE:
- 1/2 tasa (120ml) mabigat na whipping cream
- 1 tasa (175g) semi-sweet chocolate chips
- 1 kutsarang unsalted butter, pinalambot (opsyonal)

MGA TAGUBILIN:
a) Painitin ang oven sa 375°F (190°C).

GUMAGAWA NG PASTRY SHELLS:
b) Sa isang kasirola, pakuluan ang tubig, mantikilya, asukal, at asin. Magdagdag ng harina, pukawin hanggang sa mabuo ang isang bola ng kuwarta. Paghaluin ng 3-4 minuto hanggang sa mabuo ang isang magaan na crust.

c) Ilipat ang kuwarta sa isang mangkok ng paghahalo, palamig sa temperatura ng silid. Magdagdag ng mga itlog nang paisa-isa, matalo nang mabuti pagkatapos ng bawat karagdagan. Ang kuwarta ay dapat na makinis at parang laso.

d) I-pipe ang batter sa 4-inch strips at maghurno ng 30-35 minuto hanggang sa puffed at golden brown. Gupitin ang mga eclair sa kalahati nang pahalang kapag pinalamig.

GUMAWA NG PUDING:

e) Pakuluan ang gatas sa isang kasirola. Sa isang mangkok, haluin ang mga pula ng itlog, asukal, cornstarch, vanilla extract, vanilla bean paste, at asin. Dahan-dahang idagdag ang scalded milk para matunaw ang pinaghalong itlog.

f) Magluto sa katamtamang init, patuloy na pagpapakilos hanggang sa makapal. Patakbuhin sa isang salaan at palamigin.

g) Talunin ang mabibigat na cream hanggang sa mabuo ang mga stiff peak. Tiklupin sa pinalamig na puding.

MAGTITIPON NG MGA ECLAIR:

h) Ilagay ang mga hiwa ng saging sa ibabang kalahati ng mga shell ng éclair.

i) Pipe ang pagpuno at palitan ang tuktok ng mga shell.

j) Dalhin ang mabigat na cream sa isang kumulo. Ibuhos sa chocolate chips, hayaang umupo ng 2 minuto, pagkatapos ay ihalo hanggang makinis. Haluin ang mantikilya para lumiwanag.

k) Ibuhos ang chocolate ganache sa mga eclair at ihain.

l) Ang mga pinagsama-samang eclair ay maaaring itago sa refrigerator nang hanggang 2 araw.

m) Magpakasawa sa pagkabulok ng Banana Cream Pie Eclairs na ito para sa isang masarap na treat!

40. Strawberry Cream Éclairs

MGA INGREDIENTS:
PARA SA CHOUX PASTRY:
- 1 tasang tubig
- 1/2 tasa unsalted butter
- 1 tasang all-purpose na harina
- 4 malalaking itlog

PARA SA PAGPUPUNO:
- 2 tasang whipped cream
- 1 tasa sariwang strawberry, diced

PARA SA GLAZE:
- 1/2 tasa puting tsokolate, tinadtad
- 1/4 tasa unsalted butter
- 1 tasang may pulbos na asukal
- 1/4 tasa ng mainit na tubig

MGA TAGUBILIN:
CHOUX PASTRY:
a) Painitin muna ang iyong oven sa 375°F (190°C) at lagyan ng parchment paper ang isang baking sheet.
b) Sa isang kasirola, pagsamahin ang tubig at mantikilya. Init sa katamtamang apoy hanggang sa matunaw ang mantikilya at kumulo ang timpla.
c) Alisin mula sa init, idagdag ang harina, at pukawin nang masigla hanggang sa ang timpla ay bumubuo ng isang bola.
d) Hayaang lumamig ang kuwarta sa loob ng ilang minuto, pagkatapos ay idagdag ang mga itlog nang paisa-isa, matalo nang mabuti pagkatapos ng bawat karagdagan.
e) Ilipat ang kuwarta sa isang piping bag at pipe éclairs papunta sa inihandang baking sheet.
f) Maghurno ng mga 30 minuto o hanggang sa maging golden brown. Hayaang lumamig.

PAGPUPUNO:
g) Talunin ang cream hanggang sa mabuo ang stiff peak.
h) Dahan-dahang tiklupin ang mga diced na strawberry.
i) Kapag lumamig na ang éclairs, punuin ang mga ito ng strawberry cream mixture.

GLAZE:

j) Sa isang mangkok na hindi tinatablan ng init, tunawin ang puting tsokolate at mantikilya sa isang double boiler.
k) Alisin mula sa init, magdagdag ng powdered sugar, at unti-unting haluin sa mainit na tubig hanggang makinis.
l) Isawsaw ang tuktok ng bawat éclair sa puting tsokolate glaze, na nagpapahintulot sa labis na tumulo.
m) Ihain nang malamig at tamasahin ang nakakapreskong Strawberry Cream Éclairs!

41. Mango Passionfruit Éclairs

MGA INGREDIENTS:
PARA SA CHOUX PASTRY:
- 1 tasang tubig
- 1/2 tasa unsalted butter
- 1 tasang all-purpose na harina
- 4 malalaking itlog

PARA SA PAGPUPUNO:
- 2 tasang mango passionfruit mousse

PARA SA GLAZE:
- 1/2 tasa puting tsokolate, tinadtad
- 1/4 tasa unsalted butter
- 1 tasang may pulbos na asukal
- 1/4 tasa ng mainit na tubig

MGA TAGUBILIN:
CHOUX PASTRY:
a) Painitin muna ang iyong oven sa 375°F (190°C) at lagyan ng parchment paper ang isang baking sheet.
b) Sa isang kasirola, pagsamahin ang tubig at mantikilya. Init sa katamtamang apoy hanggang sa matunaw ang mantikilya at kumulo ang timpla.
c) Alisin mula sa init, idagdag ang harina, at pukawin nang masigla hanggang sa ang timpla ay bumubuo ng isang bola.
d) Hayaang lumamig ang kuwarta sa loob ng ilang minuto, pagkatapos ay idagdag ang mga itlog nang paisa-isa, matalo nang mabuti pagkatapos ng bawat karagdagan.
e) Ilipat ang kuwarta sa isang piping bag at pipe éclairs papunta sa inihandang baking sheet.
f) Maghurno ng mga 30 minuto o hanggang sa maging golden brown. Hayaang lumamig.

PAGPUPUNO:
g) Maghanda ng mango passionfruit mousse sa pamamagitan ng paghahalo ng hinog na mangga, passionfruit pulp, at whipped cream hanggang makinis.
h) Kapag lumamig na ang choux pastry, punan ang éclairs sa pamamagitan ng pag-inject o pagkalat ng mango passionfruit mousse sa gitna.

GLAZE:

i) Sa isang mangkok na hindi tinatablan ng init, tunawin ang puting tsokolate at mantikilya sa isang double boiler.

j) Alisin mula sa init, magdagdag ng powdered sugar, at unti-unting haluin sa mainit na tubig hanggang makinis.

k) Isawsaw ang tuktok ng bawat éclair sa puting tsokolate glaze, na nagpapahintulot sa labis na tumulo.

l) Ihain ang pinalamig at tikman ang mga tropikal na lasa ng Mango Passionfruit Éclairs!

42. Lemon Blueberry Éclairs

MGA INGREDIENTS:
PARA SA CHOUX PASTRY:
- 1 tasang tubig
- 1/2 tasa unsalted butter
- 1 tasang all-purpose na harina
- 4 malalaking itlog

PARA SA PAGPUPUNO:
- 2 tasang lemon-flavored pastry cream
- 1 tasang sariwang blueberries

PARA SA GLAZE:
- 1/2 tasa puting tsokolate, tinadtad
- 1/4 tasa unsalted butter
- 1 tasang may pulbos na asukal
- 1/4 tasa ng mainit na tubig

MGA TAGUBILIN:
CHOUX PASTRY:
a) Painitin muna ang iyong oven sa 375°F (190°C) at lagyan ng parchment paper ang isang baking sheet.
b) Sa isang kasirola, pagsamahin ang tubig at mantikilya. Init sa katamtamang apoy hanggang sa matunaw ang mantikilya at kumulo ang timpla.
c) Alisin mula sa init, idagdag ang harina, at pukawin nang masigla hanggang sa ang timpla ay bumubuo ng isang bola.
d) Hayaang lumamig ang kuwarta sa loob ng ilang minuto, pagkatapos ay idagdag ang mga itlog nang paisa-isa, matalo nang mabuti pagkatapos ng bawat karagdagan.
e) Ilipat ang kuwarta sa isang piping bag at pipe éclairs papunta sa inihandang baking sheet.
f) Maghurno ng mga 30 minuto o hanggang sa maging golden brown. Hayaang lumamig.

PAGPUPUNO:
g) Punan ang mga éclair ng lemon-flavored pastry cream.
h) Ikalat ang mga sariwang blueberries sa cream.

GLAZE:
i) Sa isang mangkok na hindi tinatablan ng init, tunawin ang puting tsokolate at mantikilya sa isang double boiler.

j) Alisin mula sa init, magdagdag ng powdered sugar, at unti-unting haluin sa mainit na tubig hanggang makinis.
k) Isawsaw ang tuktok ng bawat éclair sa puting tsokolate glaze, na nagpapahintulot sa labis na tumulo.
l) Ihain nang malamig at tangkilikin ang zesty at fruity goodness ng Lemon Blueberry Éclairs!

43.Raspberry Almond Éclairs

MGA INGREDIENTS:
PARA SA CHOUX PASTRY:
- 1 tasang tubig
- 1/2 tasa unsalted butter
- 1 tasang all-purpose na harina
- 4 malalaking itlog

PARA SA PAGPUPUNO:
- 2 tasa ng almond-flavored pastry cream
- 1 tasang sariwang raspberry

PARA SA GLAZE:
- 1/2 tasa puting tsokolate, tinadtad
- 1/4 tasa unsalted butter
- 1 tasang may pulbos na asukal
- 1/4 tasa ng mainit na tubig

MGA TAGUBILIN:
CHOUX PASTRY:
a) Painitin muna ang iyong oven sa 375°F (190°C) at lagyan ng parchment paper ang isang baking sheet.
b) Sa isang kasirola, pagsamahin ang tubig at mantikilya. Init sa katamtamang apoy hanggang sa matunaw ang mantikilya at kumulo ang timpla.
c) Alisin mula sa init, idagdag ang harina, at pukawin nang masigla hanggang sa ang timpla ay bumubuo ng isang bola.
d) Hayaang lumamig ang kuwarta sa loob ng ilang minuto, pagkatapos ay idagdag ang mga itlog nang paisa-isa, matalo nang mabuti pagkatapos ng bawat karagdagan.
e) Ilipat ang kuwarta sa isang piping bag at pipe éclairs papunta sa inihandang baking sheet.
f) Maghurno ng mga 30 minuto o hanggang sa maging golden brown. Hayaang lumamig.

PAGPUPUNO:
g) Punan ang mga éclair ng almond-flavored pastry cream.
h) Ilagay ang mga sariwang raspberry sa ibabaw ng cream.

GLAZE:
i) Sa isang mangkok na hindi tinatablan ng init, tunawin ang puting tsokolate at mantikilya sa isang double boiler.

j) Alisin mula sa init, magdagdag ng powdered sugar, at unti-unting haluin sa mainit na tubig hanggang makinis.
k) Isawsaw ang tuktok ng bawat éclair sa puting tsokolate glaze, na nagpapahintulot sa labis na tumulo.
l) Ihain nang malamig at tamasahin ang kasiya-siyang kumbinasyon ng almond at raspberry sa Éclairs na ito!

44. Pineapple Coconut Éclairs

MGA INGREDIENTS:
PARA SA CHOUX PASTRY:
- 1 tasang tubig
- 1/2 tasa unsalted butter
- 1 tasang all-purpose na harina
- 4 malalaking itlog

PARA SA PAGPUPUNO:
- 2 tasang coconut cream
- 1 tasang sariwang pinya, diced

PARA SA GLAZE:
- 1/2 tasa puting tsokolate, tinadtad
- 1/4 tasa unsalted butter
- 1 tasang may pulbos na asukal
- 1/4 tasa ng mainit na tubig

MGA TAGUBILIN:
CHOUX PASTRY:
a) Painitin muna ang iyong oven sa 375°F (190°C) at lagyan ng parchment paper ang isang baking sheet.
b) Sa isang kasirola, pagsamahin ang tubig at mantikilya. Init sa katamtamang apoy hanggang sa matunaw ang mantikilya at kumulo ang timpla.
c) Alisin mula sa init, idagdag ang harina, at pukawin nang masigla hanggang sa ang timpla ay bumubuo ng isang bola.
d) Hayaang lumamig ang kuwarta sa loob ng ilang minuto, pagkatapos ay idagdag ang mga itlog nang paisa-isa, matalo nang mabuti pagkatapos ng bawat karagdagan.
e) Ilipat ang kuwarta sa isang piping bag at pipe éclairs papunta sa inihandang baking sheet.
f) Maghurno ng mga 30 minuto o hanggang sa maging golden brown. Hayaang lumamig.

PAGPUPUNO:
g) Punan ang mga éclair ng coconut cream.
h) Itaas ang cream na may diced na sariwang pinya.

GLAZE:
i) Sa isang mangkok na hindi tinatablan ng init, tunawin ang puting tsokolate at mantikilya sa isang double boiler.

j) Alisin mula sa init, magdagdag ng powdered sugar, at unti-unting haluin sa mainit na tubig hanggang makinis.
k) Isawsaw ang tuktok ng bawat éclair sa puting tsokolate glaze, na nagpapahintulot sa labis na tumulo.
l) Ihain ang pinalamig at tikman ang tropikal na kabutihan ng Pineapple Coconut Éclairs!

45. Pinaghalong Berry at Lemon Zest Éclairs

MGA INGREDIENTS:
PARA SA CHOUX PASTRY:
- 1 tasang tubig
- 1/2 tasa unsalted butter
- 1 tasang all-purpose na harina
- 4 malalaking itlog

PARA SA PAGPUPUNO:
- 2 tasang pinaghalong berry compote (strawberries, blueberries, raspberries)
- Lemon zest para sa dekorasyon

PARA SA GLAZE:
- 1/2 tasa puting tsokolate, tinadtad
- 1/4 tasa unsalted butter
- 1 tasang may pulbos na asukal
- 1/4 tasa ng mainit na tubig

MGA TAGUBILIN:
CHOUX PASTRY:
a) Painitin muna ang iyong oven sa 375°F (190°C) at lagyan ng parchment paper ang isang baking sheet.
b) Sa isang kasirola, pagsamahin ang tubig at mantikilya. Init sa katamtamang apoy hanggang sa matunaw ang mantikilya at kumulo ang timpla.
c) Alisin mula sa init, idagdag ang harina, at pukawin nang masigla hanggang sa ang timpla ay bumubuo ng isang bola.
d) Hayaang lumamig ang kuwarta sa loob ng ilang minuto, pagkatapos ay idagdag ang mga itlog nang paisa-isa, matalo nang mabuti pagkatapos ng bawat karagdagan.
e) Ilipat ang kuwarta sa isang piping bag at pipe éclairs papunta sa inihandang baking sheet.
f) Maghurno ng mga 30 minuto o hanggang sa maging golden brown. Hayaang lumamig.

PAGPUPUNO:
g) Punan ang mga éclair ng halo-halong berry compote, pagsasama-sama ng mga strawberry, blueberries, at raspberry.
h) Palamutihan ng lemon zest para sa isang zesty twist.

GLAZE:

i) Sa isang mangkok na hindi tinatablan ng init, tunawin ang puting tsokolate at mantikilya sa isang double boiler.
j) Alisin mula sa init, magdagdag ng powdered sugar, at unti-unting haluin sa mainit na tubig hanggang makinis.
k) Isawsaw ang tuktok ng bawat éclair sa puting tsokolate glaze, na nagpapahintulot sa labis na tumulo.
l) Ihain ang pinalamig at tamasahin ang pagsabog ng mga lasa ng berry sa Mixed Berry at Lemon Zest Éclair na ito!

46. Peach Ginger Éclairs

MGA INGREDIENTS:
PARA SA CHOUX PASTRY:
- 1 tasang tubig
- 1/2 tasa unsalted butter
- 1 tasang all-purpose na harina
- 4 malalaking itlog

PARA SA PAGPUPUNO:
- 2 tasang peach-flavored pastry cream
- 1 tasa sariwang mga milokoton, diced
- 1 kutsarita sariwang luya, gadgad

PARA SA GLAZE:
- 1/2 tasa puting tsokolate, tinadtad
- 1/4 tasa unsalted butter
- 1 tasang may pulbos na asukal
- 1/4 tasa ng mainit na tubig

MGA TAGUBILIN:
CHOUX PASTRY:
a) Painitin muna ang iyong oven sa 375°F (190°C) at lagyan ng parchment paper ang isang baking sheet.
b) Sa isang kasirola, pagsamahin ang tubig at mantikilya. Init sa katamtamang apoy hanggang sa matunaw ang mantikilya at kumulo ang timpla.
c) Alisin mula sa init, idagdag ang harina, at pukawin nang masigla hanggang sa ang timpla ay bumubuo ng isang bola.
d) Hayaang lumamig ang kuwarta sa loob ng ilang minuto, pagkatapos ay idagdag ang mga itlog nang paisa-isa, matalo nang mabuti pagkatapos ng bawat karagdagan.
e) Ilipat ang kuwarta sa isang piping bag at pipe éclairs papunta sa inihandang baking sheet.
f) Maghurno ng mga 30 minuto o hanggang sa maging golden brown. Hayaang lumamig.

PAGPUPUNO:
g) Punan ang mga éclair ng peach-flavored pastry cream.
h) Paghaluin ang mga diced na sariwang milokoton at gadgad na luya at ilagay ang mga ito sa ibabaw ng cream.

GLAZE:

i) Sa isang mangkok na hindi tinatablan ng init, tunawin ang puting tsokolate at mantikilya sa isang double boiler.
j) Alisin mula sa init, magdagdag ng powdered sugar, at unti-unting haluin sa mainit na tubig hanggang makinis.
k) Isawsaw ang tuktok ng bawat éclair sa puting tsokolate glaze, na nagpapahintulot sa labis na tumulo.
l) Ihain nang malamig at tamasahin ang kakaibang kumbinasyon ng peach at luya sa mga Éclair na ito!

47. Blackberry Lemon Éclairs

MGA INGREDIENTS:
PARA SA CHOUX PASTRY:
- 1 tasang tubig
- 1/2 tasa unsalted butter
- 1 tasang all-purpose na harina
- 4 malalaking itlog

PARA SA PAGPUPUNO:
- 2 tasang lemon-flavored pastry cream
- 1 tasang sariwang blackberry

PARA SA GLAZE:
- 1/2 tasa puting tsokolate, tinadtad
- 1/4 tasa unsalted butter
- 1 tasang may pulbos na asukal
- 1/4 tasa ng mainit na tubig

MGA TAGUBILIN:
CHOUX PASTRY:
a) Painitin muna ang iyong oven sa 375°F (190°C) at lagyan ng parchment paper ang isang baking sheet.
b) Sa isang kasirola, pagsamahin ang tubig at mantikilya. Init sa katamtamang apoy hanggang sa matunaw ang mantikilya at kumulo ang timpla.
c) Alisin mula sa init, idagdag ang harina, at pukawin nang masigla hanggang sa ang timpla ay bumubuo ng isang bola.
d) Hayaang lumamig ang kuwarta sa loob ng ilang minuto, pagkatapos ay idagdag ang mga itlog nang paisa-isa, matalo nang mabuti pagkatapos ng bawat karagdagan.
e) Ilipat ang kuwarta sa isang piping bag at pipe éclairs papunta sa inihandang baking sheet.
f) Maghurno ng mga 30 minuto o hanggang sa maging golden brown. Hayaang lumamig.

PAGPUPUNO:
g) Punan ang mga éclair ng lemon-flavored pastry cream.
h) Itaas ang cream na may mga sariwang blackberry.

GLAZE:
i) Sa isang mangkok na hindi tinatablan ng init, tunawin ang puting tsokolate at mantikilya sa isang double boiler.

j) Alisin mula sa init, magdagdag ng powdered sugar, at unti-unting haluin sa mainit na tubig hanggang makinis.
k) Isawsaw ang tuktok ng bawat éclair sa puting tsokolate glaze, na nagpapahintulot sa labis na tumulo.
l) Ihain nang malamig at tamasahin ang nakakapreskong lasa ng Blackberry Lemon Éclairs!

48. Kiwi Coconut Éclairs

MGA INGREDIENTS:
PARA SA CHOUX PASTRY:
- 1 tasang tubig
- 1/2 tasa unsalted butter
- 1 tasang all-purpose na harina
- 4 malalaking itlog

PARA SA PAGPUPUNO:
- 2 tasang coconut cream
- 1 tasang sariwang kiwi, hiniwa

PARA SA GLAZE:
- 1/2 tasa puting tsokolate, tinadtad
- 1/4 tasa unsalted butter
- 1 tasang may pulbos na asukal
- 1/4 tasa ng mainit na tubig

MGA TAGUBILIN:
CHOUX PASTRY:
a) Painitin muna ang iyong oven sa 375°F (190°C) at lagyan ng parchment paper ang isang baking sheet.
b) Sa isang kasirola, pagsamahin ang tubig at mantikilya. Init sa katamtamang apoy hanggang sa matunaw ang mantikilya at kumulo ang timpla.
c) Alisin mula sa init, idagdag ang harina, at pukawin nang masigla hanggang sa ang timpla ay bumubuo ng isang bola.
d) Hayaang lumamig ang kuwarta sa loob ng ilang minuto, pagkatapos ay idagdag ang mga itlog nang paisa-isa, matalo nang mabuti pagkatapos ng bawat karagdagan.
e) Ilipat ang kuwarta sa isang piping bag at pipe éclairs papunta sa inihandang baking sheet.
f) Maghurno ng mga 30 minuto o hanggang sa maging golden brown. Hayaang lumamig.

PAGPUPUNO:
g) Punan ang mga éclair ng coconut cream.
h) Ayusin ang mga hiwa ng sariwang kiwi sa ibabaw ng cream.

GLAZE:
i) Sa isang mangkok na hindi tinatablan ng init, tunawin ang puting tsokolate at mantikilya sa isang double boiler.

j) Alisin mula sa init, magdagdag ng powdered sugar, at unti-unting haluin sa mainit na tubig hanggang makinis.
k) Isawsaw ang tuktok ng bawat éclair sa puting tsokolate glaze, na nagpapahintulot sa labis na tumulo.
l) Ihain nang malamig at tamasahin ang mga tropikal na lasa ng Kiwi Coconut Éclairs!

NUTTY ECLAIRS

49. Chocolate Almond Macaroon Eclairs

MGA INGREDIENTS:
ECLAIR DOUGH:
- 3 malalaking itlog, sa temperatura ng silid
- 1/2 tasa ng tubig
- 4 1/2 tablespoons unsalted butter, gupitin sa 1/2-inch cubes
- 1 1/2 kutsarang butil na asukal
- 3/4 tasa sifted all-purpose flour
- 3 kutsarang sinala ang walang tamis na alkalized na pulbos ng kakaw

ALMOND-MACAROON FILLING:
- 2 tasang flaked coconut
- 1/2 tasa ng matamis na condensed milk
- 1/2 tasa toasted tinadtad almonds

CHOCOLATE GLAZE:
- 10 ounces semisweet chocolate, pinong tinadtad
- 8 ounces mabigat na cream
- 1 kutsarang light corn syrup

MGA TAGUBILIN:
GAWIN ANG MGA ECLAIR:

a) Painitin muna ang oven sa 425 degrees F. Linya ang dalawang baking sheet na may parchment paper.
b) Sa isang glass measuring cup, haluin ang mga itlog hanggang sa maghalo. Magreserba ng 2 kutsara ng pinalo na itlog sa isang maliit na tasa.
c) Sa isang kasirola, pagsamahin ang tubig, mantikilya, at asukal. Painitin hanggang matunaw ang mantikilya. Pakuluan, pagkatapos ay alisin sa init.
d) Ihalo sa harina at kakaw hanggang makinis. Bumalik sa init, patuloy na pagpapakilos hanggang sa mabuo ang isang makinis na bola.
e) Ilipat ang i-paste sa isang mangkok. Ibuhos ang nakareserbang 1/2 tasa ng pinalo na itlog sa ibabaw ng i-paste at talunin hanggang sa mabuo ang makinis at malambot na kuwarta.
f) Punan ang isang pastry bag na may 5/16-inch plain tip na may eclair dough. Pipe strips papunta sa inihandang baking sheet.

g) I-brush ang tuktok ng eclairs gamit ang natitirang pinalo na itlog.
h) Maghurno ng 10 minuto, pagkatapos ay bawasan ang temperatura sa 375 degrees F at ipagpatuloy ang pagluluto sa loob ng 20 hanggang 25 minuto, hanggang sa malutong at makintab. Ganap na cool.

GAWIN ANG ALMOND-MACAROON FILLING:
i) Sa isang mangkok, pagsamahin ang niyog, matamis na condensed milk, at mga almendras.
j) Haluin hanggang sa maayos na pinagsama.

GAWIN ANG CHOCOLATE GLAZE:
k) Ilagay ang tsokolate sa isang medium na mangkok.
l) Init ang cream at corn syrup sa isang kasirola hanggang sa kumulo ito ng mahina. Ibuhos ang tsokolate at hayaan itong tumayo ng 30 segundo.
m) Haluin hanggang makinis.

I-ASSEMBLE AT GLAZE ANG ECLAIRS:
n) Hatiin ang mga eclair sa kalahati at alisin ang anumang basa-basa na kuwarta.
o) Punan ang bawat eclair ng mga 3 kutsara ng almond-macaroon filling.
p) Palitan ang tuktok ng bawat eclair.
q) Isawsaw ang tatlong buong almond sa chocolate glaze at ilagay ang mga ito sa tuktok ng bawat eclair.
r) Hayaang tumayo ito ng 2 minuto, pagkatapos ay dahan-dahang ibuhos ang glaze sa mga eclair, na sumasakop sa tuktok at gilid.
s) Palamigin hanggang handa nang ihain.
t) Tangkilikin ang mga nakakatuwang Chocolate Almond Macaroon Eclairs na ito!

50. Pistachio Lemon Éclairs

MGA INGREDIENTS:

PARA SA CANDIED LEMONS (OPTIONAL):
- 10 sunquats (mini lemons)
- 2 tasang tubig
- 2 tasang asukal

PARA SA PISTACHIO PASTE:
- 60 g unshelled pistachios (hindi inihaw)
- 10 g grapeseed oil

PARA SA PISTACHIO-LEMON MOUSSELINE CREAM:
- 500 g ng gatas
- Sarap ng 2 lemon
- 120 g yolk
- 120 g ng asukal
- 40 g gawgaw
- 30 g pistachio paste (o 45 g kung binili sa tindahan)
- 120 g pinalambot na mantikilya (hiwain sa mga cube)

PARA SA PISTACHIO MARZIPAN:
- 200 g marzipan
- 15 g pistachio paste
- Pangkulay ng berdeng pagkain (gel)
- Medyo may pulbos na asukal

PARA SA CHOUX PASTRY:
- 125 g mantikilya
- 125 g ng gatas
- 125 g ng tubig
- 5 g asukal
- 5 g asin
- 140 g ng harina
- 220 g itlog

PARA SA GLAZE:
- 200 g nappage neutre (neutral na jelly glaze)
- 100 g ng tubig
- Pangkulay ng berdeng pagkain (gel)

PARA SA DEKORasyon:
- Ground pistachios

MGA TAGUBILIN:

CANDIED LEMONS (OPTIONAL):

a) Maghanda ng ice bath (isang kasirola na may tubig at yelo) at itabi ito.
b) Gumamit ng matalim na kutsilyo para putulin ang manipis na hiwa ng lemon. Itapon ang mga buto.
c) Sa isa pang kasirola, pakuluan ang tubig. Alisin mula sa init at agad na idagdag ang mga hiwa ng lemon sa mainit na tubig. Haluin hanggang lumambot ang mga hiwa (mga isang minuto).
d) Ibuhos ang mainit na tubig sa pamamagitan ng isang salaan, pagkatapos ay ilagay ang mga hiwa ng lemon sa ice bath para sa isang segundo. Ibuhos ang nagyeyelong tubig gamit ang salaan.
e) Sa isang malaking kaldero sa mataas na init, pagsamahin ang tubig at asukal. Haluin hanggang matunaw ang asukal, pagkatapos ay pakuluan.
f) Bawasan ang init sa katamtaman, at gumamit ng mga sipit upang ilagay ang mga hiwa ng lemon sa tubig upang lumutang ang mga ito. Magluto sa mahinang apoy hanggang sa maging transparent ang balat, mga 1½ oras.
g) Alisin ang mga lemon gamit ang mga sipit at ilagay ang mga ito sa isang cooling rack. Maglagay ng isang piraso ng baking paper sa ilalim ng cooling rack upang mahuli ang anumang syrup na tumutulo mula sa mga hiwa ng lemon.

PISTACIO PASTE:

h) Painitin muna ang oven sa 160°C (320°F).
i) Inihaw ang mga pistachio sa isang baking tray sa loob ng mga 7 minuto hanggang sa bahagyang kayumanggi. Hayaan silang lumamig.
j) Gilingin ang mga pinalamig na pistachio sa isang pulbos sa isang maliit na processor ng pagkain. Idagdag ang mantika at durugin muli hanggang sa maging paste. Itabi ito sa refrigerator hanggang gamitin.
k) Pistachio-Lemon Mousseline Cream:
l) Pakuluan ang gatas. Patayin ang apoy, magdagdag ng lemon zest, takpan, at hayaan itong umupo ng 10 minuto.

m) Sa isang mangkok, pagsamahin ang mga pula ng itlog at asukal. Haluin kaagad, pagkatapos ay lagyan ng cornstarch at muli.
n) Idagdag ang mainit na gatas habang hinahalo. Ibuhos ang halo sa pamamagitan ng isang salaan sa isang malinis na kasirola, itapon ang lemon zest na natitira sa salaan.
o) Init sa katamtamang init at haluin hanggang sa lumapot ang timpla at maging creamy. Alisan sa init.
p) Ilipat ang cream sa mangkok na naglalaman ng pistachio paste. Paikutin hanggang magkapantay. Takpan ng plastic wrap upang maiwasan ang pagbuo ng crust at palamigin.
q) Kapag ang cream ay umabot na sa 40°C (104°F), unti-unting idagdag ang pinalambot na mantikilya at ihalo nang mabuti. Takpan ng plastic wrap at palamigin.

CHOUX PASTRY:
r) Salain ang harina at itabi.
s) Sa isang kasirola, magdagdag ng mantikilya, gatas, tubig, asukal, at asin. Init sa medium-high hanggang matunaw ang mantikilya at kumulo ang halo.
t) Alisin mula sa init, agad na magdagdag ng harina nang sabay-sabay, at haluing mabuti hanggang sa mabuo ang isang pare-parehong timpla, na kahawig ng niligis na patatas. Ito ang panade mix.
u) Patuyuin ang panade nang halos isang minuto sa mahinang apoy, pagpapakilos gamit ang isang spatula, hanggang sa magsimula itong bawiin mula sa mga gilid ng kasirola at mabuo.
v) Ilipat ang panade sa isang mixing bowl at bahagyang palamig ito. Sa isang hiwalay na mangkok, talunin ang mga itlog at unti-unting idagdag ang mga ito sa panghalo, hintayin ang bawat karagdagan na pagsamahin bago magdagdag ng higit pa.
w) Haluin sa mababang katamtamang bilis hanggang ang batter ay makinis, makintab, at maging matatag.
x) Painitin muna ang oven sa 250°C (480°F). Takpan ang isang baking tray na may parchment paper o isang manipis na layer ng mantikilya.
y) I-pipe ang mga piraso ng batter na may haba na 12 cm sa tray. Huwag buksan ang pinto ng oven habang nagluluto.

z) Pagkatapos ng 15 minuto, buksan nang bahagya ang pinto ng oven (mga 1 cm) para lumabas ang singaw. Isara ito at itakda ang temperatura sa 170°C (340°F). Maghurno ng 20-25 minuto hanggang sa mag brown ang éclairs.
aa) Ulitin sa natitirang batter.

PISTACHIO MARZIPAN:

bb) Gupitin ang marzipan sa mga cube at ihalo sa isang flat beater hanggang malambot at pare-pareho. Magdagdag ng pistachio paste, at green food coloring (kung ninanais), at ihalo hanggang magkapareho.
cc) Igulong ang marzipan sa kapal na 2 mm at gupitin ang mga piraso upang magkasya sa mga éclair.

ASSEMBLY:

dd) Gupitin ang dalawang maliit na butas sa ilalim ng bawat éclair.
ee) Punan ang bawat éclair ng pistachio-lemon cream sa mga butas.
ff) Magpahid ng ilang glaze sa isang gilid ng bawat marzipan strip at ikabit ito sa mga éclair.
gg) Isawsaw ang bawat éclair sa glaze, na nagpapahintulot na tumulo ang labis na glaze.
hh) Palamutihan ng mga hiwa ng minatamis na lemon o tinadtad na pistachio.
ii) Palamigin hanggang handa nang ihain.

51. Maple Glazed Eclairs na Nilagyan ng Nuts

MGA INGREDIENTS:
ECLAIR SHELLS:
- 1/2 tasa ng gatas
- 1/2 tasa ng tubig
- 2 kutsarang puting butil na asukal
- 1/4 kutsarita ng asin (bawasan sa isang pakurot kung gumagamit ng salted butter)
- 1/2 tasa unsalted butter
- 1/2 kutsarita vanilla extract
- 1 1/4 tasa ng all-purpose na harina, sandok at pinatag
- 4 malalaking itlog

GLAZE:
- 2/3 tasa ng icing/confectioner' sugar
- 3 kutsarang maple syrup

TOPPING:
- 1/2 tasa tinadtad na mga walnuts o pecans
- Pagwiwisik ng fleur de sel salt

MASCARPONE WHIPPED CREAM:
- 1 tasang mascarpone
- 2/3 tasa ng heavy whipping cream
- 1/4 tasa puting asukal
- 2 kutsarang maple syrup

MGA TAGUBILIN:
PARA SA ECLAIR SHELLS:
a) Painitin muna ang oven sa 450°F na may mga rack sa pangatlo sa itaas at ibaba. Linya ang dalawang baking sheet na may parchment paper.
b) Sa isang katamtamang kasirola sa katamtamang init, pagsamahin ang gatas, tubig, asukal, asin, at mantikilya. Dalhin ang timpla sa isang pigsa, haluin sa vanilla, at magdagdag ng harina nang sabay-sabay. Haluin hanggang ang timpla ay lumayo sa gilid ng palayok.
c) Bawasan ang init sa mababang at ipagpatuloy ang pagluluto, patuloy na pagpapakilos, para sa mga 3 minuto upang alisin ang kahalumigmigan. Alisin sa init at ilipat sa isang mixing bowl o sa bowl ng stand mixer.

d) Haluin ng 2-3 minuto para palamig ang timpla. Magdagdag ng mga itlog nang paisa-isa, matalo nang mabuti pagkatapos ng bawat karagdagan. Ilipat ang pinaghalong sa isang piping bag at hayaan itong magpahinga ng 20 minuto.
e) I-pipe ang batter sa mga log na humigit-kumulang 5-6 pulgada ang haba at 1 pulgada ang lapad, na nag-iiwan ng pantay na espasyo sa pagitan ng mga ito. Tiyaking hindi sila masyadong manipis, dahil kailangan nila ng kapal para sa paghiwa mamaya.
f) Ilagay sa preheated oven at AGAD BAWASAN ANG INIT SA 350°F. Maghurno ng 35-40 minuto hanggang sa ginintuang, puffed, at malutong. Palamig sa isang rack.

PARA SA GLAZE:
g) Bago mag-gensayo, gupitin ang mga eclair nang halos lubusan, na nag-iiwan ng "bisagra" sa isang gilid. Sa isang maliit na mangkok, pagsamahin ang icing sugar na may maple syrup hanggang sa mabuo ang manipis na glaze.
h) I-brush ang glaze sa ibabaw ng eclair at agad na iwisik ang tinadtad na mga walnuts at isang kurot ng asin, kung ninanais. Hayaang umupo sa temperatura ng silid hanggang sa matuyo ang glaze.

PARA SA PAGPUPUNO:
i) Sa isang malaking mangkok o mangkok ng isang stand mixer na nilagyan ng whipping whisk, pagsamahin ang mascarpone, whipping cream, asukal, at maple syrup.
j) Talunin hanggang lumapot ang timpla sa piping consistency. Ilagay sa isang piping bag at punan ang bawat eclair. (Ang pagpuno ay maaaring gawin nang maaga, takpan, palamigin, at i-pipe nang mas malapit sa paghahatid.)
k) Ang mga punong eclair ay patuloy na walang takip sa refrigerator sa halos buong araw.

52. Raspberry Pistachio Eclair

MGA INGREDIENTS:
PARA SA PATE-A-CHOUX DOUGH:
- 1 tasang tubig
- 1/2 tasa unsalted butter
- 1/4 tsp asin
- 1 tasang all-purpose na harina
- 4 malalaking itlog

PARA SA PAGPUPUNO:
- 1 tasang may balat na pistachios
- 1/2 tasa Irish cream (Bailey's)
- Kulay ng berdeng pagkain
- 8 oz cream cheese, pinalambot
- 1/2 tasa puting tsokolate chips, natunaw
- 1 tasa ng mabigat na cream, pinalamig

PARA SA GLAZE:
- 1/2 tasa ng freeze-dry na raspberry
- 1 tasang puting tsokolate chips
- 1/2 tasa ng mabigat na cream
- 2 tasang sariwang raspberry

MGA TAGUBILIN:
a) Painitin muna ang oven sa 425F at lagyan ng parchment paper ang isang baking sheet.
b) Maghanda ng pastry bag na may star tip.

GUMAWA NG PATE-A-CHOUX DOUGH:
c) Sa isang kasirola, pakuluan ang tubig, mantikilya, at asin.
d) Magdagdag ng harina, pukawin hanggang sa mabuo ang malambot na kuwarta. Palamig, pagkatapos ay magdagdag ng mga itlog nang paisa-isa.
e) Pipe logs papunta sa baking sheet at maghurno hanggang ginintuang.

MAGHANDA NG RASPBERRY GLAZE:
f) Durugin ang freeze-dried raspberries at salain ang pulbos.
g) Pagsamahin ang puting tsokolate at cream, init hanggang makinis.
h) Magdagdag ng raspberry powder, pukawin, at hayaang lumamig ang glaze.

MAGHANDA NG PISTACHIO CREAM FILLING:
i) Haluin ang pistachios, Irish cream, at kulay berdeng pagkain hanggang sa purong.
j) Sa isang mangkok, talunin ang cream cheese hanggang sa malambot, pagkatapos ay idagdag ang tinunaw na puting tsokolate at pistachio puree.
k) Magdagdag ng pinalamig na mabigat na cream at talunin hanggang matigas.

MAGTITIPON NG MGA ECLAIR:
l) Hatiin sa kalahati ang mga pinalamig na eclair. I-pipe ang pistachio cream sa ilalim na kalahati, magdagdag ng mga raspberry, at takpan ang itaas na kalahati.
m) Isawsaw ang tuktok na kalahati ng bawat eclair sa raspberry glaze.
n) Palamutihan ng mga piraso ng freeze-dried na raspberry, isang puting tsokolate na ambon, natitirang cream, sariwang raspberry, o mga piraso ng pistachio.
o) Panatilihing naka-refrigerate ang mga eclair at alisin 20 minuto bago ihain.
p) Tangkilikin ang nakakatuwang kumbinasyon ng raspberry at pistachio sa mga eleganteng eclair na ito, perpekto para sa anumang okasyon!

53. Chocolate at Hazelnut Eclairs

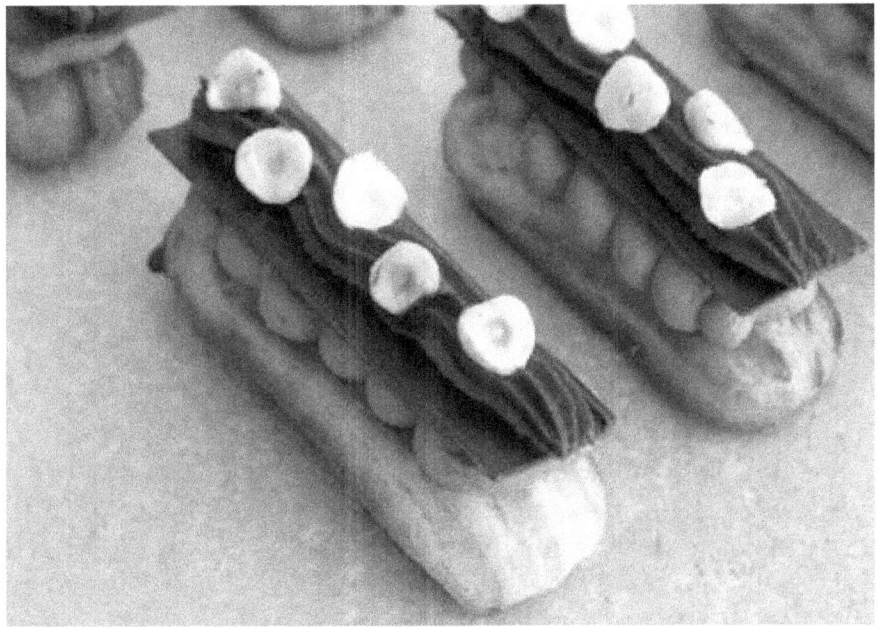

MGA INGREDIENTS:
PARA SA CHOUX PASTRY:
- 1 tasang tubig
- 1/2 tasa unsalted butter
- 1 tasang all-purpose na harina
- 1/2 kutsarita ng asin
- 1 kutsarang asukal
- 4 malalaking itlog

PARA SA HAZELNUT CREAM FILLING:
- 1 tasang mabigat na cream
- 1/4 tasa ng asukal sa pulbos
- 1 kutsarita vanilla extract
- 1/2 tasa ng hazelnut spread (hal., Nutella)

PARA SA CHOCOLATE GANACHE:
- 1 tasang semisweet chocolate chips
- 1/2 tasa ng mabigat na cream
- 2 kutsarang unsalted butter

MGA TAGUBILIN:
CHOUX PASTRY:

a) Painitin muna ang iyong oven sa 425°F (220°C). Iguhit ang isang baking sheet na may parchment paper.
b) Sa isang kasirola sa katamtamang init, pagsamahin ang tubig, mantikilya, asin, at asukal. Pakuluan.
c) Alisin mula sa init at mabilis na ihalo ang harina hanggang sa mabuo ang masa.
d) Ibalik ang kawali sa mababang init at lutuin ang kuwarta, patuloy na pagpapakilos, para sa 1-2 minuto upang matuyo ito.
e) Ilipat ang kuwarta sa isang malaking mangkok ng paghahalo. Hayaang lumamig ng ilang minuto.
f) Magdagdag ng mga itlog nang paisa-isa, matalo nang mabuti pagkatapos ng bawat karagdagan hanggang sa makinis at makintab ang masa.
g) Ilipat ang kuwarta sa isang piping bag na nilagyan ng malaking bilog na dulo. I-pipe ang 4-inch long strips sa inihandang baking sheet.

h) Maghurno ng 15 minuto sa 425°F, pagkatapos ay bawasan ang temperatura sa 375°F (190°C) at maghurno ng karagdagang 20 minuto o hanggang sa ginintuang kayumanggi. Hayaang lumamig nang lubusan.

HAZELNUT CREAM FILLING:

i) Sa isang mangkok ng paghahalo, hagupitin ang mabigat na cream hanggang sa mabuo ang malambot na mga taluktok.

j) Magdagdag ng powdered sugar at vanilla extract. Ipagpatuloy ang paghagupit hanggang sa mabuo ang stiff peak.

k) Dahan-dahang tiklupin ang hazelnut spread hanggang sa maayos na pinagsama.

CHOCOLATE GANACHE:

l) Ilagay ang mga chocolate chips sa isang mangkok na hindi tinatablan ng init.

m) Sa isang kasirola, init ang mabigat na cream hanggang sa magsimula itong kumulo.

n) Ibuhos ang mainit na cream sa ibabaw ng tsokolate at hayaan itong umupo ng isang minuto.

o) Haluin hanggang makinis, pagkatapos ay ilagay ang mantikilya at haluin hanggang matunaw.

ASSEMBLY:

p) Gupitin ang bawat pinalamig na eclair sa kalahati nang pahalang.

q) Sandok o i-pipe ang hazelnut cream filling papunta sa ilalim na kalahati ng bawat eclair.

r) Ilagay ang tuktok na kalahati ng eclair sa pagpuno.

s) Isawsaw ang tuktok ng bawat eclair sa chocolate ganache o kutsara ang ganache sa ibabaw.

t) Hayaang mag-set ang ganache ng ilang minuto.

u) Opsyonal, iwiwisik ang mga tinadtad na hazelnut sa itaas para sa dekorasyon.

v) Ihain at tikman ang napakagandang pagpapares ng tsokolate at hazelnut sa bawat napakasarap na kagat nitong Chocolate at Hazelnut Éclairs!

54. Peanut Butter Chocolate Eclairs

MGA INGREDIENTS:
PARA SA MGA ECLAIR:
- 160 ml. tubig
- 5 gramo ng asukal
- 70 gramo ng mantikilya
- 3 gramo ng pinong asin
- 15 gramo ng gawgaw
- 90 gramo ng all-purpose na harina
- 2-3 itlog na pinalo

PARA SA PEANUT BUTTER CREAM:
- 250 ml. whipping cream
- 100 gramo ng makinis na peanut butter
- 50 gramo ng asukal na pulbos

PARA SA CHOCOLATE GANACHE (PARA SA PAREHONG PAGSASUBOS AT PAGTOPPING):
- 250 gramo ng maitim na tsokolate
- 250 ml. whipping cream
- Kurot ng asin

DECORATION:
- 50-60 gramo ng inasnan na halved peanuts na inihaw

MGA TAGUBILIN:
GAWIN ANG MGA ECLAIR:
a) Painitin muna ang oven sa 180c degrees.
b) Sa isang medium saucepan ilagay ang tubig, asin, asukal at mantikilya at init sa isang malakas na pigsa.
c) Magdagdag ng gawgaw at harina at haluin habang nagluluto, hanggang sa ito ay maging isang bukol ng masa.
d) Ilipat ang kuwarta sa mangkok ng isang electric mixer na may paddle attachment at ihalo sa katamtamang bilis ng 2-3 minuto hanggang sa lumamig ito ng kaunti.
e) Dahan-dahang idagdag ang mga itlog habang hinahampas hanggang sa maging elastic at makinis ang masa.
f) Suriin ang kahandaan ng kuwarta sa pamamagitan ng paglikha ng isang "trail" na may kahoy na kutsara sa gitna ng kuwarta - kung ang track ay nananatiling matatag, magdagdag ng ilang mga itlog, at kung ito ay magsasara ng kaunti - handa na ang

kuwarta. Mahalagang huwag magdagdag ng masyadong maraming itlog sa kuwarta o maaari itong maging masyadong malambot at sira.

g) Ilipat ang kuwarta sa isang pastry bag na nilagyan ng serrated na 2 cm na piping tip. Sa isang baking tray na nilagyan ng baking paper pipe na may haba na 8-10 cm eclairs. Mahalagang mag-iwan ng ilang espasyo sa pagitan ng mga eclair.

h) Ihurno ang mga eclair sa loob ng 20-25 minuto hanggang sa ginintuang at itakda.

i) Palamig nang lubusan sa temperatura ng kuwarto.

j) Gumawa ng 2 maliit na butas sa ilalim ng bawat eclair.

PEANUT BUTTER CREAM:

k) Sa isang bowl ng mixer na may whipping attachment, whip cream, peanut butter at powdered sugar sa high speed hanggang sa mag-atas at napaka-stable.

l) Punan ang mga eclair ng peanut butter cream, at panatilihin ang mga ito na pinalamanan sa refrigerator hanggang sa patong at palamuti.

CHOCOLATE GANACHE:

m) I-chop ang tsokolate at ilagay sa isang mangkok.

n) Init ang cream at asin sa isang maliit na kasirola upang kumulo.

o) Ibuhos ang mainit na cream sa tinadtad na tsokolate, maghintay ng isang minuto, at haluin ng mabuti hanggang sa mabuo ang uniporme at makintab na chocolate ganache.

p) Isawsaw ang tuktok ng mga eclair sa mainit na ganache at ibalik ang mga ito upang lumamig sa refrigerator upang itakda.

q) Ilipat ang natitirang ganache sa isang malawak na kahon at palamigin ng 2-3 oras hanggang sa ganap na lumamig.

r) Ilipat ang malamig na ganache sa isang mangkok ng mixer na may whipping attachment at hagupitin sa high-speed hanggang sa maging matatag at mahangin.

s) Ilipat ang cream sa isang pastry bag na nilagyan ng 2 cm serrated piping tip at ibuhos ang chocolate cream sa ibabaw ng bawat éclair.

t) Palamutihan ng inihaw na inasnan na mani at ihain.

55. Almond Praline Éclairs

MGA INGREDIENTS:
PARA SA CHOUX PASTRY:
- 1 tasang tubig
- 1/2 tasa unsalted butter
- 1 tasang all-purpose na harina
- 4 malalaking itlog

PARA SA PAGPUPUNO:
- 2 tasa ng almond-flavored pastry cream
- Almond praline para sa dekorasyon (tinadtad na mga almendras na caramelized sa asukal)

PARA SA GLAZE:
- 1/2 tasa ng dark chocolate, tinadtad
- 1/4 tasa unsalted butter
- 1 tasang may pulbos na asukal
- 1/4 tasa ng mainit na tubig

MGA TAGUBILIN:
CHOUX PASTRY:
a) Painitin muna ang iyong oven sa 375°F (190°C) at lagyan ng parchment paper ang isang baking sheet.
b) Sa isang kasirola, pagsamahin ang tubig at mantikilya. Init sa katamtamang apoy hanggang sa matunaw ang mantikilya at kumulo ang timpla.
c) Alisin mula sa init, idagdag ang harina, at pukawin nang masigla hanggang sa ang timpla ay bumubuo ng isang bola.
d) Hayaang lumamig ang kuwarta sa loob ng ilang minuto, pagkatapos ay idagdag ang mga itlog nang paisa-isa, matalo nang mabuti pagkatapos ng bawat karagdagan.
e) Ilipat ang kuwarta sa isang piping bag at pipe éclairs papunta sa inihandang baking sheet.
f) Maghurno ng mga 30 minuto o hanggang sa maging golden brown. Hayaang lumamig.

PAGPUPUNO:
g) Punan ang mga éclair ng almond-flavored pastry cream. Maaari kang gumamit ng piping bag o isang maliit na kutsara upang punan ang bawat éclair.

h) Palamutihan ang filled éclairs na may almond praline. Upang gawin ang praline, init ang tinadtad na mga almendras sa isang kawali hanggang sa bahagyang toasted. Budburan ng asukal ang mga almendras at patuloy na painitin hanggang sa magcaramelize ang asukal. Hayaang lumamig at gupitin sa maliliit na piraso.

GLAZE:
i) Sa isang mangkok na hindi tinatablan ng init, tunawin ang maitim na tsokolate at mantikilya sa isang double boiler.
j) Alisin mula sa init, magdagdag ng powdered sugar, at unti-unting haluin sa mainit na tubig hanggang makinis.
k) Isawsaw ang tuktok ng bawat éclair sa dark chocolate glaze, na tinitiyak ang pantay na saklaw. Hayaang tumulo ang labis.
l) Ilagay ang glazed éclairs sa isang tray at hayaang lumamig hanggang sa maitakda ang tsokolate.
m) Ihain ang pinalamig at tikman ang nutty sweetness ng Almond Praline Éclairs!

56. Walnut Maple Éclairs

MGA INGREDIENTS:
PARA SA CHOUX PASTRY:
- 1 tasang tubig
- 1/2 tasa unsalted butter
- 1 tasang all-purpose na harina
- 4 malalaking itlog

PARA SA PAGPUPUNO:
- 2 tasang pastry cream na may lasa ng walnut
- Maple syrup para sa pag-ambon

PARA SA GLAZE:
- 1/2 tasa puting tsokolate, tinadtad
- 1/4 tasa unsalted butter
- 1 tasang may pulbos na asukal
- 1/4 tasa ng mainit na tubig

MGA TAGUBILIN:
CHOUX PASTRY:
a) Painitin muna ang iyong oven sa 375°F (190°C) at lagyan ng parchment paper ang isang baking sheet.
b) Sa isang kasirola, pagsamahin ang tubig at mantikilya. Init sa katamtamang apoy hanggang sa matunaw ang mantikilya at kumulo ang timpla.
c) Alisin mula sa init, idagdag ang harina, at pukawin nang masigla hanggang sa ang timpla ay bumubuo ng isang bola.
d) Hayaang lumamig ang kuwarta sa loob ng ilang minuto, pagkatapos ay idagdag ang mga itlog nang paisa-isa, matalo nang mabuti pagkatapos ng bawat karagdagan.
e) Ilipat ang kuwarta sa isang piping bag at pipe éclairs papunta sa inihandang baking sheet.
f) Maghurno ng mga 30 minuto o hanggang sa maging golden brown. Hayaang lumamig.

PAGPUPUNO:
g) Punan ang mga éclair ng pastry cream na may lasa ng walnut. Gumamit ng piping bag o maliit na kutsara para punan ang bawat éclair.
h) Ibuhos ang maple syrup sa mga punong éclairs. Maaari mong ayusin ang dami ng maple syrup ayon sa iyong panlasa.

GLAZE:
i) Sa isang mangkok na hindi tinatablan ng init, tunawin ang puting tsokolate at mantikilya sa isang double boiler.
j) Alisin mula sa init, magdagdag ng powdered sugar, at unti-unting haluin sa mainit na tubig hanggang makinis.
k) Isawsaw ang tuktok ng bawat éclair sa puting chocolate glaze, na tinitiyak ang pantay na saklaw. Hayaang tumulo ang labis.
l) Ilagay ang glazed éclairs sa isang tray at hayaang lumamig hanggang sa maitakda ang tsokolate.
m) Ihain nang malamig at tamasahin ang kasiya-siyang kumbinasyon ng mga walnut at maple sa Walnut Maple Éclairs!

57. Pistachio Rose Éclairs

MGA INGREDIENTS:
PARA SA CHOUX PASTRY:
- 1 tasang tubig
- 1/2 tasa unsalted butter
- 1 tasang all-purpose na harina
- 4 malalaking itlog

PARA SA PAGPUPUNO:
- 2 tasang pistachio-flavored pastry cream
- Nakakain na mga talulot ng rosas para sa dekorasyon

PARA SA GLAZE:
- 1/2 tasa ng dark chocolate, tinadtad
- 1/4 tasa unsalted butter
- 1 tasang may pulbos na asukal
- 1/4 tasa ng mainit na tubig

MGA TAGUBILIN:
CHOUX PASTRY:
a) Painitin muna ang iyong oven sa 375°F (190°C) at lagyan ng parchment paper ang isang baking sheet.
b) Sa isang kasirola, pagsamahin ang tubig at mantikilya. Init sa katamtamang apoy hanggang sa matunaw ang mantikilya at kumulo ang timpla.
c) Alisin mula sa init, idagdag ang harina, at pukawin nang masigla hanggang sa ang timpla ay bumubuo ng isang bola.
d) Hayaang lumamig ang kuwarta sa loob ng ilang minuto, pagkatapos ay idagdag ang mga itlog nang paisa-isa, matalo nang mabuti pagkatapos ng bawat karagdagan.
e) Ilipat ang kuwarta sa isang piping bag at pipe éclairs papunta sa inihandang baking sheet.
f) Maghurno ng mga 30 minuto o hanggang sa maging golden brown. Hayaang lumamig.

PAGPUPUNO:
g) Punan ang mga éclair ng pistachio-flavored pastry cream. Maaari kang gumamit ng piping bag o isang maliit na kutsara upang punan ang bawat éclair.
h) Palamutihan ang napuno na mga éclair na may nakakain na mga petals ng rosas.

GLAZE:

i) Sa isang mangkok na hindi tinatablan ng init, tunawin ang maitim na tsokolate at mantikilya sa isang double boiler.

j) Alisin mula sa init, magdagdag ng powdered sugar, at unti-unting haluin sa mainit na tubig hanggang makinis.

k) Isawsaw ang tuktok ng bawat éclair sa dark chocolate glaze, na tinitiyak ang pantay na saklaw. Hayaang tumulo ang labis.

l) Ilagay ang glazed éclairs sa isang tray at hayaang lumamig hanggang sa maitakda ang tsokolate.

m) Ihain nang malamig at tamasahin ang mga kakaibang lasa ng Pistachio Rose Éclairs!

58. Pecan Caramel Éclairs

MGA INGREDIENTS:
PARA SA CHOUX PASTRY:
- 1 tasang tubig
- 1/2 tasa unsalted butter
- 1 tasang all-purpose na harina
- 4 malalaking itlog

PARA SA PAGPUPUNO:
- 2 tasang caramel-flavored pastry cream
- Tinadtad na pecans para sa dekorasyon

PARA SA CARAMEL GLAZE:
- 1 tasa ng butil na asukal
- 1/4 tasa ng tubig
- 1/2 tasa ng mabigat na cream
- 1/4 tasa unsalted butter

MGA TAGUBILIN:
CHOUX PASTRY:
a) Painitin muna ang iyong oven sa 375°F (190°C) at lagyan ng parchment paper ang isang baking sheet.
b) Sa isang kasirola, pagsamahin ang tubig at mantikilya. Init sa katamtamang apoy hanggang sa matunaw ang mantikilya at kumulo ang timpla.
c) Alisin mula sa init, idagdag ang harina, at pukawin nang masigla hanggang sa ang timpla ay bumubuo ng isang bola.
d) Hayaang lumamig ang kuwarta sa loob ng ilang minuto, pagkatapos ay idagdag ang mga itlog nang paisa-isa, matalo nang mabuti pagkatapos ng bawat karagdagan.
e) Ilipat ang kuwarta sa isang piping bag at pipe éclairs papunta sa inihandang baking sheet.
f) Maghurno ng mga 30 minuto o hanggang sa maging golden brown. Hayaang lumamig.

PAGPUPUNO:
g) Punan ang mga éclair ng caramel-flavored pastry cream. Maaari kang gumamit ng piping bag o isang maliit na kutsara upang punan ang bawat éclair.
h) Palamutihan ang napuno na mga éclair na may tinadtad na pecans.

CARAMEL GLAZE:

i) Sa isang mabigat na ilalim na kasirola, pagsamahin ang asukal at tubig sa katamtamang init. Haluin hanggang matunaw ang asukal.

j) Hayaang kumulo ang timpla nang hindi hinahalo. Ipagpatuloy ang pagluluto hanggang ang karamelo ay maging malalim na kulay ng amber.

k) Maingat at dahan-dahang idagdag ang mabigat na cream habang patuloy na hinahalo. Maging maingat dahil ang timpla ay bula.

l) Alisin ang kasirola mula sa init at ihalo ang unsalted butter hanggang makinis.

m) Hayaang lumamig ang caramel glaze sa loob ng ilang minuto, pagkatapos ay isawsaw ang tuktok ng bawat éclair sa caramel glaze, na tinitiyak ang pantay na saklaw. Hayaang tumulo ang labis.

n) Ilagay ang glazed éclairs sa isang tray at hayaang lumamig hanggang sa maitakda ang karamelo.

o) Ihain nang malamig at tamasahin ang matamis at nutty delight ng Pecan Caramel Éclairs!

p) Huwag mag-atubiling magdagdag ng higit pang mga tinadtad na pecan sa itaas para sa karagdagang texture. I-enjoy ang iyong homemade Pecan Caramel Éclairs!

59. Macadamia White Chocolate Éclairs

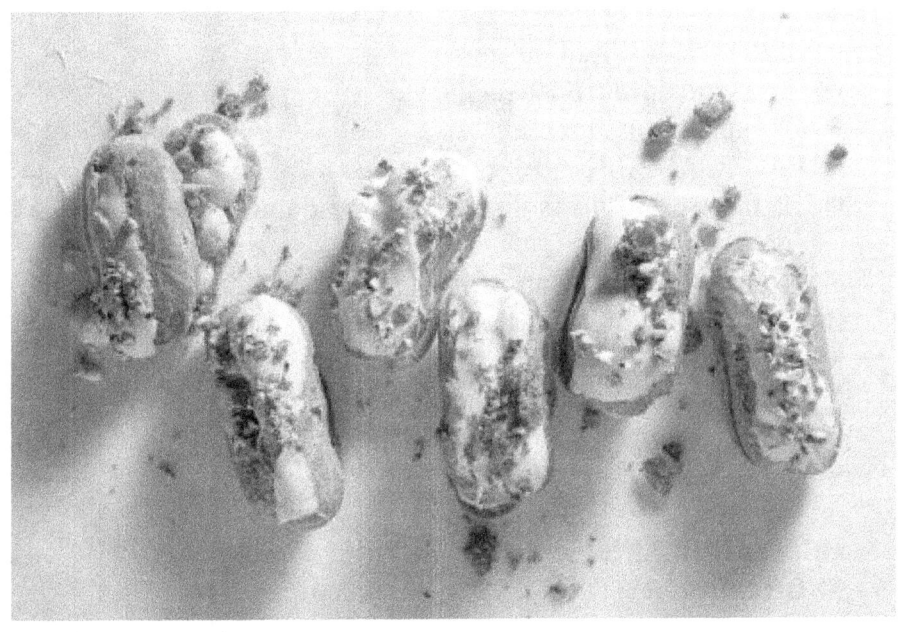

MGA INGREDIENTS:
PARA SA CHOUX PASTRY:
- 1 tasang tubig
- 1/2 tasa unsalted butter
- 1 tasang all-purpose na harina
- 4 malalaking itlog

PARA SA PAGPUPUNO:
- 2 tasang puting tsokolate at macadamia nut-flavored pastry cream
- Dinurog na macadamia nuts para sa dekorasyon

PARA SA WHITE CHOCOLATE GLAZE:
- 1/2 tasa puting tsokolate, tinadtad
- 1/4 tasa unsalted butter
- 1 tasang may pulbos na asukal
- 1/4 tasa ng mainit na tubig

MGA TAGUBILIN:
CHOUX PASTRY:
a) Painitin muna ang iyong oven sa 375°F (190°C) at lagyan ng parchment paper ang isang baking sheet.
b) Sa isang kasirola, pagsamahin ang tubig at mantikilya. Init sa katamtamang apoy hanggang sa matunaw ang mantikilya at kumulo ang timpla.
c) Alisin mula sa init, idagdag ang harina, at pukawin nang masigla hanggang sa ang timpla ay bumubuo ng isang bola.
d) Hayaang lumamig ang kuwarta sa loob ng ilang minuto, pagkatapos ay idagdag ang mga itlog nang paisa-isa, matalo nang mabuti pagkatapos ng bawat karagdagan.
e) Ilipat ang kuwarta sa isang piping bag at pipe éclairs papunta sa inihandang baking sheet.
f) Maghurno ng mga 30 minuto o hanggang sa maging golden brown. Hayaang lumamig.

PAGPUPUNO:
g) Punan ang mga éclair ng puting tsokolate at macadamia nut-flavored pastry cream. Gumamit ng piping bag o maliit na kutsara para punan ang bawat éclair.

h) Palamutihan ang napuno na mga éclair ng dinurog na macadamia nuts.

WHITE CHOCOLATE GLAZE:

i) Sa isang mangkok na hindi tinatablan ng init, tunawin ang puting tsokolate at mantikilya sa isang double boiler.
j) Alisin mula sa init, magdagdag ng powdered sugar, at unti-unting haluin sa mainit na tubig hanggang makinis.
k) Isawsaw ang tuktok ng bawat éclair sa puting chocolate glaze, na tinitiyak ang pantay na saklaw. Hayaang tumulo ang labis.
l) Ilagay ang glazed éclairs sa isang tray at hayaang lumamig hanggang sa maitakda ang puting tsokolate.
m) Ihain ang pinalamig at sarap sa masarap na kumbinasyon ng Macadamia White Chocolate Éclairs!

MGA ECLAIR NG SPICED

60. Maple Pumpkin Eclairs

MGA INGREDIENTS:
PARA SA MGA ECLAIR:
- 1/2 tasa unsalted butter
- 1 tasang tubig
- 1 tasang all-purpose na harina
- 1/2 tsp ground cinnamon
- 1/4 tsp BAWAT: asin, ground nutmeg
- 4 malalaking itlog

PARA sa pagpuno:
- 1/3 tasa ng cream cheese, pinalambot
- 1/3 tasa purong pumpkin puree
- 1/2 tsp maple syrup extract
- Budburan ng ground cinnamon, nutmeg
- 1 tasa ng mabigat na cream, pinalamig
- 1 tasa ng asukal ng confectioner

PARA SA GLAZE:
- 1 1/2 tasa ng asukal ng confectioner
- 1/4 tasa ng maple syrup
- 2 kutsarang mabigat na cream

MGA TAGUBILIN:
PARA kay PATE A CHOUX:
a) Painitin muna ang oven sa 425F/218C. Linya ng parchment paper ang mga baking sheet at maghanda ng pastry bag na may French star tip.
b) Salain ang harina, asin, kanela, at nutmeg sa isang mangkok. Sa isang kasirola, pakuluan ang mantikilya at tubig. Magdagdag ng mga tuyong sangkap, ihalo hanggang sa mabuo ang isang bola ng kuwarta.
c) Hayaang lumamig ang kuwarta, pagkatapos ay idagdag ang mga itlog nang paisa-isa, haluing mabuti. Ilipat ang kuwarta sa isang pastry bag.

PAGGAWA NG MGA ECLAIR:
d) I-pipe ang 4 hanggang 6 na pulgadang eclair sa parchment paper. Maghurno sa 425F sa loob ng 10 minuto, pagkatapos ay bawasan sa 375F at maghurno ng 30-35 minuto hanggang sa ginintuang. Palamigin sa isang wire rack.

PUMPKIN FILLING:
e) Pagsamahin ang cream cheese, pumpkin puree, extract, at spices. Haluin hanggang makinis.
f) Sa isang hiwalay na mangkok, haluin ang mabigat na cream at asukal hanggang sa mabuo ang stiff peak. Magdagdag ng pinaghalong kalabasa at haluin hanggang sa liwanag at malambot.
g) Ilipat ang pagpuno sa isang pastry bag.

MAPLE GLAZE:
h) Ilagay ang asukal sa confectioner sa isang mangkok.
i) Magdagdag ng maple syrup at mabigat na cream nang unti-unti hanggang sa maabot ang ninanais na pagkakapare-pareho.

ASSEMBLY:
j) Kapag ang mga eclair ay pinalamig, punan ang mga ito mula sa gilid, ibaba, o sa pamamagitan ng paghahati at pag-pipe sa gitna.
k) Isawsaw ang tuktok na kalahati ng bawat punong eclair sa maple glaze. Hayaang tumulo ang labis na glaze.
l) Panatilihing naka-refrigerate ang mga eclair sa isang lalagyan ng airtight.

61. Cinnamon Spice Éclairs

MGA INGREDIENTS:
PARA SA CHOUX PASTRY:
- 1 tasang tubig
- 1/2 tasa unsalted butter
- 1 tasang all-purpose na harina
- 4 malalaking itlog

PARA SA PAGPUPUNO:
- 2 tasang cinnamon-spiced pastry cream

PARA SA GLAZE:
- 1/2 tasa ng dark chocolate, tinadtad
- 1/4 tasa unsalted butter
- 1 tasang may pulbos na asukal
- 1/4 tasa ng mainit na tubig

MGA TAGUBILIN:
CHOUX PASTRY:
a) Painitin muna ang iyong oven sa 375°F (190°C) at lagyan ng parchment paper ang isang baking sheet.
b) Sa isang kasirola, pagsamahin ang tubig at mantikilya. Init sa katamtamang apoy hanggang sa matunaw ang mantikilya at kumulo ang timpla.
c) Alisin mula sa init, idagdag ang harina, at pukawin nang masigla hanggang sa ang timpla ay bumubuo ng isang bola.
d) Hayaang lumamig ang kuwarta sa loob ng ilang minuto, pagkatapos ay idagdag ang mga itlog nang paisa-isa, matalo nang mabuti pagkatapos ng bawat karagdagan.
e) Ilipat ang kuwarta sa isang piping bag at pipe éclairs papunta sa inihandang baking sheet.
f) Maghurno ng mga 30 minuto o hanggang sa maging golden brown. Hayaang lumamig.

PAGPUPUNO:
g) Maghanda ng cinnamon-spiced pastry cream. Maaari kang magdagdag ng ground cinnamon sa isang klasikong pastry cream recipe o gumamit ng pre-made cinnamon-flavored pastry cream.
h) Punan ang mga éclair ng cinnamon-spiced pastry cream gamit ang isang piping bag o isang maliit na kutsara.

GLAZE:
i) Sa isang mangkok na hindi tinatablan ng init, tunawin ang maitim na tsokolate at mantikilya sa isang double boiler.
j) Alisin mula sa init, magdagdag ng powdered sugar, at unti-unting haluin sa mainit na tubig hanggang makinis.
k) Isawsaw ang tuktok ng bawat éclair sa dark chocolate glaze, na tinitiyak ang pantay na saklaw. Hayaang tumulo ang labis.
l) Ilagay ang glazed éclairs sa isang tray at hayaang lumamig hanggang sa maitakda ang tsokolate.
m) Ihain ang pinalamig at tikman ang mainit at nakakaaliw na lasa ng Cinnamon Spice Éclairs!

62. Cardamom Éclairs

MGA INGREDIENTS:
PARA SA CHOUX PASTRY:
- 1 tasang tubig
- 1/2 tasa unsalted butter
- 1 tasang all-purpose na harina
- 4 malalaking itlog

PARA SA PAGPUPUNO:
- 2 tasang cardamom-infused pastry cream

PARA SA GLAZE:
- 1/2 tasa puting tsokolate, tinadtad
- 1/4 tasa unsalted butter
- 1 tasang may pulbos na asukal
- 1/4 tasa ng mainit na tubig

MGA TAGUBILIN:
CHOUX PASTRY:
a) Painitin muna ang iyong oven sa 375°F (190°C) at lagyan ng parchment paper ang isang baking sheet.
b) Sa isang kasirola, pagsamahin ang tubig at mantikilya. Init sa katamtamang apoy hanggang sa matunaw ang mantikilya at kumulo ang timpla.
c) Alisin mula sa init, idagdag ang harina, at pukawin nang masigla hanggang sa ang timpla ay bumubuo ng isang bola.
d) Hayaang lumamig ang kuwarta sa loob ng ilang minuto, pagkatapos ay idagdag ang mga itlog nang paisa-isa, matalo nang mabuti pagkatapos ng bawat karagdagan.
e) Ilipat ang kuwarta sa isang piping bag at pipe éclairs papunta sa inihandang baking sheet.
f) Maghurno ng mga 30 minuto o hanggang sa maging golden brown. Hayaang lumamig.

PAGPUPUNO:
g) Maghanda ng cardamom-infused pastry cream. Maaari mong ilagay ang ground cardamom sa isang klasikong pastry cream recipe o gumamit ng pre-made cardamom-flavored pastry cream.
h) Punan ang éclairs ng cardamom-infused pastry cream gamit ang piping bag o maliit na kutsara.

GLAZE:
i) Sa isang mangkok na hindi tinatablan ng init, tunawin ang puting tsokolate at mantikilya sa isang double boiler.
j) Alisin mula sa init, magdagdag ng powdered sugar, at unti-unting haluin sa mainit na tubig hanggang makinis.
k) Isawsaw ang tuktok ng bawat éclair sa puting chocolate glaze, na tinitiyak ang pantay na saklaw. Hayaang tumulo ang labis.
l) Ilagay ang glazed éclairs sa isang tray at hayaang lumamig hanggang sa maitakda ang puting tsokolate.
m) Ihain nang malamig at tamasahin ang mabango at kakaibang lasa ng Cardamom Éclairs!

63. Gingerbread Éclairs

MGA INGREDIENTS:
PARA SA CHOUX PASTRY:
- 1 tasang tubig
- 1/2 tasa unsalted butter
- 1 tasang all-purpose na harina
- 4 malalaking itlog

PARA SA PAGPUPUNO:
- 2 tasang gingerbread-spiced pastry cream

PARA SA GLAZE:
- 1/2 tasa ng dark chocolate, tinadtad
- 1/4 tasa unsalted butter
- 1 tasang may pulbos na asukal
- 1/4 tasa ng mainit na tubig

MGA TAGUBILIN:
CHOUX PASTRY:
a) Painitin muna ang iyong oven sa 375°F (190°C) at lagyan ng parchment paper ang isang baking sheet.
b) Sa isang kasirola, pagsamahin ang tubig at mantikilya. Init sa katamtamang apoy hanggang sa matunaw ang mantikilya at kumulo ang timpla.
c) Alisin mula sa init, idagdag ang harina, at pukawin nang masigla hanggang sa ang timpla ay bumubuo ng isang bola.
d) Hayaang lumamig ang kuwarta sa loob ng ilang minuto, pagkatapos ay idagdag ang mga itlog nang paisa-isa, matalo nang mabuti pagkatapos ng bawat karagdagan.
e) Ilipat ang kuwarta sa isang piping bag at pipe éclairs papunta sa inihandang baking sheet.
f) Maghurno ng mga 30 minuto o hanggang sa maging golden brown. Hayaang lumamig.

PAGPUPUNO:
g) Maghanda ng gingerbread-spiced pastry cream. Maaari kang magdagdag ng kumbinasyon ng giniling na luya, cinnamon, nutmeg, at cloves sa isang klasikong recipe ng pastry cream o gumamit ng pre-made na gingerbread-flavored pastry cream.
h) Punan ang mga éclair ng gingerbread-spiced pastry cream gamit ang isang piping bag o isang maliit na kutsara.

GLAZE:
i) Sa isang mangkok na hindi tinatablan ng init, tunawin ang maitim na tsokolate at mantikilya sa isang double boiler.
j) Alisin mula sa init, magdagdag ng powdered sugar, at unti-unting haluin sa mainit na tubig hanggang makinis.
k) Isawsaw ang tuktok ng bawat éclair sa dark chocolate glaze, na tinitiyak ang pantay na saklaw. Hayaang tumulo ang labis.
l) Ilagay ang glazed éclairs sa isang tray at hayaang lumamig hanggang sa maitakda ang tsokolate.
m) Ihain ang pinalamig at tikman ang mainit at nakakaaliw na lasa ng Gingerbread Éclairs!

64. Nutmeg Infusion Éclairs

MGA INGREDIENTS:
PARA SA CHOUX PASTRY:
- 1 tasang tubig
- 1/2 tasa unsalted butter
- 1 tasang all-purpose na harina
- 4 malalaking itlog

PARA SA PAGPUPUNO:
- 2 tasang nutmeg-infused pastry cream

PARA SA GLAZE:
- 1/2 tasa puting tsokolate, tinadtad
- 1/4 tasa unsalted butter
- 1 tasang may pulbos na asukal
- 1/4 tasa ng mainit na tubig

MGA TAGUBILIN:
CHOUX PASTRY:
a) Painitin muna ang iyong oven sa 375°F (190°C) at lagyan ng parchment paper ang isang baking sheet.
b) Sa isang kasirola, pagsamahin ang tubig at mantikilya. Init sa katamtamang apoy hanggang sa matunaw ang mantikilya at kumulo ang timpla.
c) Alisin mula sa init, idagdag ang harina, at pukawin nang masigla hanggang sa ang timpla ay bumubuo ng isang bola.
d) Hayaang lumamig ang kuwarta sa loob ng ilang minuto, pagkatapos ay idagdag ang mga itlog nang paisa-isa, matalo nang mabuti pagkatapos ng bawat karagdagan.
e) Ilipat ang kuwarta sa isang piping bag at pipe éclairs papunta sa inihandang baking sheet.
f) Maghurno ng mga 30 minuto o hanggang sa maging golden brown. Hayaang lumamig.

PAGPUPUNO:
g) Maghanda ng nutmeg-infused pastry cream. Maaari kang magdagdag ng ground nutmeg sa isang klasikong pastry cream recipe o gumamit ng pre-made nutmeg-flavored pastry cream.
h) Punan ang éclairs ng nutmeg-infused pastry cream gamit ang piping bag o maliit na kutsara.

GLAZE:

i) Sa isang mangkok na hindi tinatablan ng init, tunawin ang puting tsokolate at mantikilya sa isang double boiler.
j) Alisin mula sa init, magdagdag ng powdered sugar, at unti-unting haluin sa mainit na tubig hanggang makinis.
k) Isawsaw ang tuktok ng bawat éclair sa puting chocolate glaze, na tinitiyak ang pantay na saklaw. Hayaang tumulo ang labis.
l) Ilagay ang glazed éclairs sa isang tray at hayaang lumamig hanggang sa maitakda ang puting tsokolate.
m) Ihain nang malamig at tamasahin ang banayad na init at halimuyak ng Nutmeg Infusion Éclairs!

65. Chai Latte Éclairs

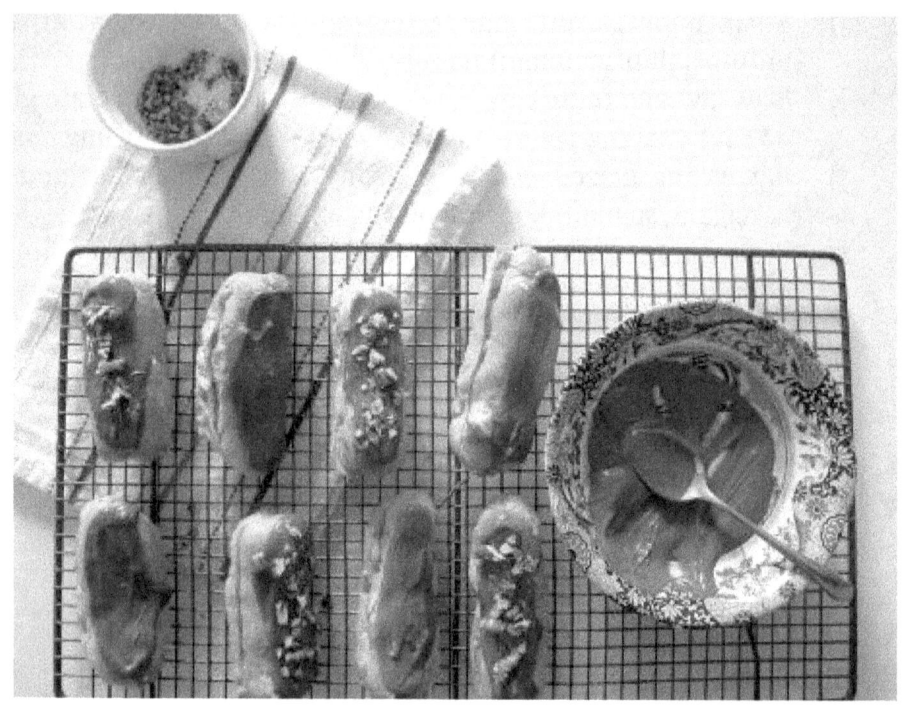

MGA INGREDIENTS:
PARA SA CHOUX PASTRY:
- 1 tasang tubig
- 1/2 tasa unsalted butter
- 1 tasang all-purpose na harina
- 4 malalaking itlog

PARA SA PAGPUPUNO:
- 2 tasang chai latte-infused pastry cream

PARA SA GLAZE:
- 1/2 tasa ng dark chocolate, tinadtad
- 1/4 tasa unsalted butter
- 1 tasang may pulbos na asukal
- 1/4 tasa ng mainit na tubig

MGA TAGUBILIN:
CHOUX PASTRY:
a) Painitin muna ang iyong oven sa 375°F (190°C) at lagyan ng parchment paper ang isang baking sheet.
b) Sa isang kasirola, pagsamahin ang tubig at mantikilya. Init sa katamtamang apoy hanggang sa matunaw ang mantikilya at kumulo ang timpla.
c) Alisin mula sa init, idagdag ang harina, at pukawin nang masigla hanggang sa ang timpla ay bumubuo ng isang bola.
d) Hayaang lumamig ang kuwarta sa loob ng ilang minuto, pagkatapos ay idagdag ang mga itlog nang paisa-isa, matalo nang mabuti pagkatapos ng bawat karagdagan.
e) Ilipat ang kuwarta sa isang piping bag at pipe éclairs papunta sa inihandang baking sheet.
f) Maghurno ng mga 30 minuto o hanggang sa maging golden brown. Hayaang lumamig.

PAGPUPUNO:
g) Maghanda ng chai latte-infused pastry cream. Maglagay ng giniling na pampalasa ng chai (cinnamon, cardamom, luya, clove) sa isang klasikong recipe ng pastry cream o gumamit ng pre-made na chai latte-flavored pastry cream.
h) Punan ang mga éclair ng chai latte-infused pastry cream gamit ang isang piping bag o isang maliit na kutsara.

GLAZE:
i) Sa isang mangkok na hindi tinatablan ng init, tunawin ang maitim na tsokolate at mantikilya sa isang double boiler.
j) Alisin mula sa init, magdagdag ng powdered sugar, at unti-unting haluin sa mainit na tubig hanggang makinis.
k) Isawsaw ang tuktok ng bawat éclair sa dark chocolate glaze, na tinitiyak ang pantay na saklaw. Hayaang tumulo ang labis.
l) Ilagay ang glazed éclairs sa isang tray at hayaang lumamig hanggang sa maitakda ang tsokolate.
m) Ihain ang pinalamig at tikman ang mayaman at maanghang na lasa ng Chai Latte Éclairs!

66. Spiced Orange Zest Éclairs

MGA INGREDIENTS:
PARA SA CHOUX PASTRY:
- 1 tasang tubig
- 1/2 tasa unsalted butter
- 1 tasang all-purpose na harina
- 4 malalaking itlog

PARA SA PAGPUPUNO:
- 2 tasang may spiced orange zest-infused pastry cream

PARA SA GLAZE:
- 1/2 tasa puting tsokolate, tinadtad
- 1/4 tasa unsalted butter
- 1 tasang may pulbos na asukal
- 1/4 tasa ng mainit na tubig

MGA TAGUBILIN:
CHOUX PASTRY:
a) Painitin muna ang iyong oven sa 375°F (190°C) at lagyan ng parchment paper ang isang baking sheet.
b) Sa isang kasirola, pagsamahin ang tubig at mantikilya. Init sa katamtamang apoy hanggang sa matunaw ang mantikilya at kumulo ang timpla.
c) Alisin mula sa init, idagdag ang harina, at pukawin nang masigla hanggang sa ang timpla ay bumubuo ng isang bola.
d) Hayaang lumamig ang kuwarta sa loob ng ilang minuto, pagkatapos ay idagdag ang mga itlog nang paisa-isa, matalo nang mabuti pagkatapos ng bawat karagdagan.
e) Ilipat ang kuwarta sa isang piping bag at pipe éclairs papunta sa inihandang baking sheet.
f) Maghurno ng mga 30 minuto o hanggang sa maging golden brown. Hayaang lumamig.

PAGPUPUNO:
g) Maghanda ng spiced orange zest-infused pastry cream. Magdagdag ng mga giniling na pampalasa (cinnamon, cloves, nutmeg) at pinong gadgad na orange zest sa isang klasikong recipe ng pastry cream o gumamit ng pre-made spiced orange zest-flavored pastry cream.

h) Punan ang mga éclair ng spiced orange zest-infused pastry cream gamit ang isang piping bag o isang maliit na kutsara.

GLAZE:

i) Sa isang mangkok na hindi tinatablan ng init, tunawin ang puting tsokolate at mantikilya sa isang double boiler.

j) Alisin mula sa init, magdagdag ng powdered sugar, at unti-unting haluin sa mainit na tubig hanggang makinis.

k) Isawsaw ang tuktok ng bawat éclair sa puting chocolate glaze, na tinitiyak ang pantay na saklaw. Hayaang tumulo ang labis.

l) Ilagay ang glazed éclairs sa isang tray at hayaang lumamig hanggang sa maitakda ang puting tsokolate.

m) Ihain nang malamig at tamasahin ang nakakatuwang kumbinasyon ng mga spiced flavor at citrus sa Spiced Orange Zest Éclairs!

CANDY ECLAIRS

67. Peanut Butter Cup Eclair

MGA INGREDIENTS:
CHOUX PASTRY
- 1 tasang tubig
- 1 tasang harina
- 0.5 tasa cubed mantikilya
- 0.25 tsp asin
- 4 malalaking itlog

CHOCOLATE CREME PATISSERIE
- 1.5 tasa ng gatas
- 1 tasang mabigat na cream
- 1 tsp banilya
- 2 kutsarang cocoa powder
- 3 pula ng itlog
- 1 buong itlog
- 0.5 tasa ng asukal
- 2.5 kutsarang gawgaw
- 0.25 tsp asin
- 5 oz na pinong tinadtad na bittersweet o semi-sweet na tsokolate
- 3 kutsarang malambot/temperatura ng kwarto na mantikilya

PEANUT BUTTER GANACHE
- 1/3 tasa ng mabigat na cream
- 2 kutsarang mantikilya
- 0.5 tasa peanut butter (makinis o chunky)
- 0.5 lb pinong tinadtad na mapait na tsokolate

PARA SA DECORATING
- Mga Mini Cup o Miniature na Binuksan ng Reese's Pieces
- Dry Roasted, Salted Peanuts

MGA TAGUBILIN:
CHOUX PASTRY:
a) Painitin muna ang oven sa 400°F. Iguhit ang baking sheet ng parchment paper at ambon na may nonstick cooking spray.
b) Paghaluin ang asin sa harina at itabi.
c) Pagsamahin ang tubig at cubed butter sa isang kasirola, pakuluan, pagkatapos ay lagyan ng harina/asin. Haluin hanggang mabuo ang isang paste.
d) Ipagpatuloy ang pagpapakilos sa init hanggang ang kuwarta ay bumuo ng bola at humila palayo sa kawali.
e) Hayaang lumamig nang bahagya ang kuwarta, pagkatapos ay idagdag ang mga itlog nang paisa-isa, haluing mabuti.
f) Ilipat ang kuwarta sa isang piping bag at pipe na 3-4 pulgada ang haba sa baking sheet.
g) Maghurno ng 10 minuto sa 400°F, pagkatapos ay bawasan ang init sa 375°F at maghurno ng 20 minuto pa. Huwag buksan ang oven sa panahon ng pagluluto.

CHOCOLATE CREME PATISSERIE:
h) Pagsamahin ang gatas, cream, at vanilla sa isang kasirola. Sa isang hiwalay na mangkok, haluin ang asukal, itlog, yolks, cornstarch, cocoa powder, at asin.
i) Ibuhos ang kalahati ng steamed milk sa pinaghalong itlog, patuloy na hinahalo. Idagdag ang natitira nang unti-unti, pagkatapos ay ibuhos muli sa kasirola.
j) Painitin sa katamtamang init, patuloy na paghahalo hanggang sa bumula ang cream. Magdagdag ng tinadtad na tsokolate at haluin hanggang matunaw.
k) Alisin mula sa init, magdagdag ng mantikilya, haluin hanggang sa pinagsama. Takpan ng cling wrap, hawakan ang ibabaw, at palamig.

PAGTITIPON NG MGA ECLAIR NA MAY PASTRY CREAM:
l) Pagkasyahin ang isang piping bag na may manipis at simpleng tip. Punan ng pastry cream.
m) Sundutin ang dalawang butas sa ilalim ng bawat eclair. Punan ng pastry cream mula sa magkabilang dulo.

PEANUT BUTTER GANACHE:
n) I-chop ang tsokolate sa maliliit na shavings. Init ang cream sa isang kasirola.
o) Ibuhos ang mainit na cream sa ibabaw ng tsokolate. Hayaang matunaw ito ng mga 45 segundo, pagkatapos ay haluin hanggang makinis.
p) Paghaluin sa peanut butter at butter hanggang makinis. Palamig sa temperatura ng silid.

PAGPAPAHAYAG:
q) Frost eclairs na may peanut butter ganache gamit ang spatula.
r) Talunin ang natitirang ganache sa isang stand mixer at pipe sa ibabaw ng mga eclair.
s) Itaas na may mga mini peanut butter cup at inasnan na mani.

68. Salted Caramel Eclairs

MGA INGREDIENTS:
PATE CHOUX
- 1 tasang harina
- 1 tasang tubig
- 8 kutsarang unsalted butter
- ½ kutsarita ng asin
- 4 na itlog

PASTRY CREAM
- 2 ¼ tasa ng buong gatas
- ¼ tasa ng corn starch
- ¼ tasa ng asukal
- 4 na pula ng itlog
- 1 vanilla bean nahati sa kalahati at inalis ang mga buto
- Kakarampot na asin

SALTED CARAMEL SAUCE
- 1 tasang asukal
- ¼ tasa unsalted butter 4Tb, hiwa-hiwain
- 1 kutsarita vanilla extract
- ½ tasang mabigat na cream
- ½ kutsarita Flaky sea salt + higit pa, para sa dekorasyon

MGA TAGUBILIN:
GAWIN ANG PASTRY CREAM

a) Sa isang katamtamang kaldero, idagdag ang gatas, gawgaw, asukal, mga pula ng itlog, kurot ng asin at ang hating vanilla bean at dalhin sa katamtamang init.

b) Paghaluin ang halo hanggang sa makinis at lumapot at ang pinaghalong cream ay bumabalot sa likod ng isang kutsara.

c) Kapag lumapot, alisin ang timpla mula sa apoy at salain sa pamamagitan ng isang pinong mesh salaan sa isa pang mangkok. Makakatulong ito na alisin ang anumang mga bukol o itlog na maaaring piniritong.

d) Maglagay ng isang sheet ng plastic wrap nang direkta sa ibabaw ng cream, siguraduhing dumidikit ito para walang "balat" na mga form at palamigin ang pastry cream sa refrigerator hanggang sa ganap na lumamig, hindi bababa sa 4 na oras.

(Tandaan* Kapag mas matagal itong umupo, mas makapal ang cream at mas madali itong i-pipe sa pastry).

GUMAGAWA NG PÂTE À CHOUX (PASTRY DOUGH)

e) Painitin muna ang oven sa 425 degrees Fahrenheit at lagyan ng parchment paper o silpat ang 2 baking sheet.

f) Samantala, sa isang katamtamang palayok, tunawin ang mantikilya, tubig at asin nang magkasama sa katamtamang apoy.

g) Idagdag ang harina at haluin gamit ang isang kutsara hanggang ang lahat ay halo-halong at bumuo ng isang kuwarta. Patuloy na lutuin ang kuwarta sa loob ng 2 minuto, siguraduhing walang natitirang hilaw na harina.

h) Idagdag ang mga itlog, 1 sa isang pagkakataon at ipagpatuloy ang paghahalo sa isang kutsara hanggang ang lahat ay maayos na naisama. Maaaring ito ay mukhang basa sa una, ngunit ang masa ay magsasama-sama at aalisin mula sa mga gilid ng palayok.

i) Alisin ang kuwarta mula sa init at ilipat sa isang piping bag o resealable plastic bag. Punan ang bag na 3.4 ng daan at gupitin ng buo sa isa sa mga sulok.

j) Pipe logs ng pastry cream papunta sa baking sheet, mga 4-5 pulgada ang haba, maaari kang magkasya ng mga 10-12 sa bawat baking sheet.

k) I-bake ang pâte à choux sa 425 degrees Fahrenheit sa loob ng 10 minuto, pagkatapos ay bawasan ang init sa 250 degrees Fahrenheit at ipagpatuloy ang pagluluto sa loob ng isa pang 20 minuto o hanggang sa maging golden brown ang lahat ng pâte à choux. Kapag tapos na, alisin mula sa oven at hayaang ganap na lumamig.

GAWIN ANG SALTED CARAMEL SAUCE

l) Idagdag ang asukal sa isang maliit na kaldero at lutuin sa mahinang apoy hanggang sa maging tuldok ang asukal.

m) Gumamit ng kahoy na kutsara upang hiwain ang asukal, kung kinakailangan at ipagpatuloy ang pagluluto hanggang sa matunaw ang asukal at maging ganap na makinis at maging mapusyaw na kayumanggi.

n) Idagdag ang mantikilya, banilya at mabigat na cream at ihalo. Magdagdag ng isang pakurot ng patumpik-tumpik na sea salt at lasa para sa pampalasa.
o) Patayin ang apoy at ipagpatuloy ang paghahalo ng caramel sauce hanggang sa lumapot at maibuhos. Ang itabi.

MAGTITIPON ANG MGA ECLAIR

p) Gumamit ng chopstick o skewer at gumawa ng mga butas sa bawat gilid ng pastry shell, na gumagawa ng tunnel sa loob ng pastry.
q) I-pipe ang pinalamig na pastry cream sa pastry dough, ngunit huwag mag-overfill.
r) Isawsaw ang isang bahagi ng eclair sa caramel sauce, o maaari kang gumamit ng kutsara para sandok ang caramel sauce sa ibabaw.
s) Palamutihan ang eclair ng dagdag na sea salt o edible sprinkles.

69. S'mores Éclairs

MGA INGREDIENTS:
- 1 tasang buong gatas
- 1 tasang tubig
- 1 tasang unsalted butter, hiwa-hiwain
- 1 kutsarita ng asukal
- ½ kutsarita ng asin
- 1 tasang all-purpose na harina
- 7 malalaking itlog, sa temperatura ng silid
- ¾ tasa ng graham cracker crumbs
- 4 tasang whipped cream
- 1 tasang chocolate ganache

MGA TAGUBILIN:
a) Painitin din ang oven sa 400°F. Maghanda ng 2 malalaking baking sheet na may parchment paper. Itabi.
b) Sa isang heavy-bottomed medium saucepan, pakuluan ang gatas, tubig, mantikilya, asukal, at asin. Sa sandaling kumulo na ang timpla, idagdag ang lahat ng harina nang sabay-sabay, bawasan ang apoy sa katamtaman, at mabilis na pukawin ang pinaghalong gamit ang isang kahoy na kutsara. Pagkatapos ng 1 minuto, bawasan ang apoy sa mahina at haluin ng 3 minuto pa. Ang kuwarta ay magiging makinis at makintab.
c) Ilipat ang kuwarta sa mangkok ng stand mixer na nilagyan ng paddle attachment. Talunin ang kuwarta sa loob ng 5 minuto upang lumamig.
d) Idagdag ang mga itlog nang paisa-isa, matalo ng 1 minuto pagkatapos ng bawat itlog na idinagdag. Ang kuwarta ay maghihiwalay, ngunit ito ay babalik pagkatapos ng ilang oras.
e) Ilagay ang dough sa isang piping bag na may 1" opening. I-pipe ang dough sa 3-4" na haba papunta sa parchment-lined baking sheets. Gumamit ng isang moistened na daliri upang hawakan ang anumang tulis-tulis na mga gilid ng kuwarta, kung kinakailangan.
f) Ihurno ang éclairs sa loob ng 20 minuto, o hanggang sa puffed at golden brown. Paikutin ang mga kawali sa kalahati ng oras ng pagluluto.
g) Upang gawin ang pagpuno, tiklupin ang kanyang graham cracker crumbs sa whipped cream.
h) Kapag ang mga éclair ay pinalamig, punuin ng whipped cream, gamit ang isang mahaba, makitid na tip sa piping.

70. Peppermint Eclairs

MGA INGREDIENTS:
PARA kay PATE A CHOUX:
- 1/2 tasa unsalted butter
- 1 tasang tubig
- 1/4 tsp asin
- 1 tasang all-purpose na harina
- 4 malalaking itlog

PARA SA PEPPERMINT FILLING:
- 1/2 tasa unsalted butter, pinalambot
- 4 oz cream cheese, pinalambot
- 1/2 tasa ng matamis na condensed milk
- 1 1/2 tasa mabigat na cream, pinalamig
- 1 tasang confectioner na asukal (opsyonal)
- 1 tsp banilya
- 1/4 tsp peppermint oil

PARA SA GARNISH:
- 1 1/2 tasa puting tsokolate natutunaw
- 1/2 tasa ng dinurog na candy cane
- Pangkulay ng pulang pagkain (opsyonal)

MGA TAGUBILIN:
PARA kay PATE A CHOUX:
a) Painitin muna ang oven sa 425F/218C at lagyan ng parchment paper ang isang baking sheet.
b) Sa isang kasirola, matunaw ang mantikilya, magdagdag ng tubig at asin, dalhin sa isang kumulo.
c) Magdagdag ng harina, haluin hanggang sa mabuo ang isang bola ng kuwarta. Hayaang lumamig ng 20 minuto.
d) Dahan-dahang magdagdag ng mga itlog, paisa-isa, haluing mabuti pagkatapos ng bawat karagdagan.
e) Ilipat ang kuwarta sa isang pastry bag at i-pipe ang 4 hanggang 6 na pulgadang eclair sa baking sheet.
f) Maghurno sa 425F/218C sa loob ng 10 minuto, pagkatapos ay bawasan ang init sa 375F/190C at maghurno ng 40-45 minuto hanggang sa ginintuang. Huwag buksan ang pinto ng oven.

PARA sa pagpuno:
g) Haluin ang pinalambot na mantikilya at cream cheese hanggang makinis.
h) Magdagdag ng matamis na condensed milk, ihalo hanggang mag-atas.
i) Magdagdag ng pinalamig na mabigat na cream, vanilla, at peppermint oil. Haluin hanggang mabuo ang stiff peak.

PAGTITIPON NG MGA ECLAIR:
j) Ganap na palamig ang mga eclair at lumikha ng mga butas para sa pagpuno.
k) Ilipat ang pagpuno sa isang pastry bag na may tip sa pagpuno at punan ang mga eclair hanggang sa lumabas ang cream sa mga dulo.
l) Para sa dekorasyon, isawsaw ang mga eclair sa tinunaw na puting tsokolate, pagkatapos ay iwiwisik ang mga dinurog na candy cane.
m) Opsyonal, magreserba ng 1 tasa ng whipped cream, magdagdag ng pulang pangkulay ng pagkain, at pipe sa mga plain eclair. Palamutihan ng dinurog na candy cane.
n) Panatilihin sa refrigerator kung hindi natupok sa loob ng ilang oras. Pinakamahusay na tinatangkilik sa loob ng 2-3 araw.

71. Toffee Crunch Éclairs

MGA INGREDIENTS:
PARA SA CHOUX PASTRY:
- 1 tasang tubig
- 1/2 tasa unsalted butter
- 1 tasang all-purpose na harina
- 4 malalaking itlog

PARA SA PAGPUPUNO:
- 2 tasang toffee-flavored pastry cream

PARA SA TOFFEE CRUNCH TOPPING:
- 1 tasang toffee bits o dinurog na toffee candies
- 1/2 tasa tinadtad na mani (hal., almond o pecans)

PARA SA GLAZE:
- 1/2 tasa ng dark chocolate, tinadtad
- 1/4 tasa unsalted butter
- 1 tasang may pulbos na asukal
- 1/4 tasa ng mainit na tubig

MGA TAGUBILIN:
CHOUX PASTRY:
a) Painitin muna ang iyong oven sa 375°F (190°C) at lagyan ng parchment paper ang isang baking sheet.
b) Sa isang kasirola, pagsamahin ang tubig at mantikilya. Init sa katamtamang apoy hanggang sa matunaw ang mantikilya at kumulo ang timpla.
c) Alisin mula sa init, idagdag ang harina, at pukawin nang masigla hanggang sa ang timpla ay bumubuo ng isang bola.
d) Hayaang lumamig ang kuwarta sa loob ng ilang minuto, pagkatapos ay idagdag ang mga itlog nang paisa-isa, matalo nang mabuti pagkatapos ng bawat karagdagan.
e) Ilipat ang kuwarta sa isang piping bag at pipe éclairs papunta sa inihandang baking sheet.
f) Maghurno ng mga 30 minuto o hanggang sa maging golden brown. Hayaang lumamig.

PAGPUPUNO:
g) Maghanda ng toffee-flavored pastry cream. Maaari kang magdagdag ng toffee extract o durog na toffee bits sa isang

klasikong pastry cream recipe o gumamit ng pre-made toffee-flavored pastry cream.

h) Punan ang éclairs ng toffee-flavored pastry cream gamit ang piping bag o maliit na kutsara.

TOFFEE CRUNCH TOPPING:

i) Sa isang mangkok, paghaluin ang mga toffee bit at tinadtad na mani.

j) Iwiwisik nang husto ang toffee crunch topping sa mga punong éclairs, na tinitiyak ang pantay na saklaw.

GLAZE:

k) Sa isang mangkok na hindi tinatablan ng init, tunawin ang maitim na tsokolate at mantikilya sa isang double boiler.

l) Alisin mula sa init, magdagdag ng powdered sugar, at unti-unting haluin sa mainit na tubig hanggang makinis.

m) Isawsaw ang tuktok ng bawat éclair sa dark chocolate glaze, na tinitiyak ang pantay na saklaw. Hayaang tumulo ang labis.

n) Ilagay ang glazed éclairs sa isang tray at hayaang lumamig hanggang sa maitakda ang tsokolate.

o) Ihain ang pinalamig at sarap sa matamis at malutong na sarap ng Toffee Crunch Éclairs!

72. Cotton Candy Éclairs

MGA INGREDIENTS:
PARA SA CHOUX PASTRY:
- 1 tasang tubig
- 1/2 tasa unsalted butter
- 1 tasang all-purpose na harina
- 4 malalaking itlog

PARA SA PAGPUPUNO:
- 2 tasa ng cotton candy-flavored pastry cream

PARA SA COTTON CANDY GARNISH:
- Cotton candy para sa topping

PARA SA GLAZE:
- 1/2 tasa puting tsokolate, tinadtad
- 1/4 tasa unsalted butter
- 1 tasang may pulbos na asukal
- 1/4 tasa ng mainit na tubig

MGA TAGUBILIN:
CHOUX PASTRY:
a) Painitin muna ang iyong oven sa 375°F (190°C) at lagyan ng parchment paper ang isang baking sheet.
b) Sa isang kasirola, pagsamahin ang tubig at mantikilya. Init sa katamtamang apoy hanggang sa matunaw ang mantikilya at kumulo ang timpla.
c) Alisin mula sa init, idagdag ang harina, at pukawin nang masigla hanggang sa ang timpla ay bumubuo ng isang bola.
d) Hayaang lumamig ang kuwarta sa loob ng ilang minuto, pagkatapos ay idagdag ang mga itlog nang paisa-isa, matalo nang mabuti pagkatapos ng bawat karagdagan.
e) Ilipat ang kuwarta sa isang piping bag at pipe éclairs papunta sa inihandang baking sheet.
f) Maghurno ng mga 30 minuto o hanggang sa maging golden brown. Hayaang lumamig.

PAGPUPUNO:
g) Maghanda ng cotton candy-flavored pastry cream. Maaari kang magdagdag ng cotton candy flavoring o durog na cotton candy sa isang klasikong pastry cream recipe o gumamit ng pre-made cotton candy-flavored pastry cream.

h) Punan ang mga éclair ng cotton candy-flavored pastry cream gamit ang piping bag o maliit na kutsara.

COTTON CANDY GARNISH:

i) Bago ihain, itaas ang bawat éclair ng isang tuft ng cotton candy para sa kakaibang hawakan.

GLAZE:

j) Sa isang mangkok na hindi tinatablan ng init, tunawin ang puting tsokolate at mantikilya sa isang double boiler.

k) Alisin mula sa init, magdagdag ng powdered sugar, at unti-unting haluin sa mainit na tubig hanggang makinis.

l) Isawsaw ang tuktok ng bawat éclair sa puting chocolate glaze, na tinitiyak ang pantay na saklaw. Hayaang tumulo ang labis.

m) Ilagay ang glazed éclairs sa isang tray at hayaang lumamig hanggang sa maitakda ang puting tsokolate.

n) Ihain nang malamig at maranasan ang matamis na nostalgia ng Cotton Candy Éclairs!

73. Rocky Road Éclairs

MGA INGREDIENTS:
PARA SA CHOUX PASTRY:
- 1 tasang tubig
- 1/2 tasa unsalted butter
- 1 tasang all-purpose na harina
- 4 malalaking itlog

PARA SA PAGPUPUNO:
- 2 tasang chocolate mousse o chocolate-flavored pastry cream

PARA SA ROCKY ROAD TOPPING:
- 1 tasang mini marshmallow
- 1/2 tasa tinadtad na mani (hal., almond o walnuts)
- 1/2 cup chocolate chips o chunks

PARA SA CHOCOLATE GLAZE:
- 1/2 tasa ng dark chocolate, tinadtad
- 1/4 tasa unsalted butter
- 1 tasang may pulbos na asukal
- 1/4 tasa ng mainit na tubig

MGA TAGUBILIN:
CHOUX PASTRY:
a) Painitin muna ang iyong oven sa 375°F (190°C) at lagyan ng parchment paper ang isang baking sheet.
b) Sa isang kasirola, pagsamahin ang tubig at mantikilya. Init sa katamtamang apoy hanggang sa matunaw ang mantikilya at kumulo ang timpla.
c) Alisin mula sa init, idagdag ang harina, at pukawin nang masigla hanggang sa ang timpla ay bumubuo ng isang bola.
d) Hayaang lumamig ang kuwarta sa loob ng ilang minuto, pagkatapos ay idagdag ang mga itlog nang paisa-isa, matalo nang mabuti pagkatapos ng bawat karagdagan.
e) Ilipat ang kuwarta sa isang piping bag at pipe éclairs papunta sa inihandang baking sheet.
f) Maghurno ng mga 30 minuto o hanggang sa maging golden brown. Hayaang lumamig.

PAGPUPUNO:
g) Maghanda ng chocolate mousse o chocolate-flavored pastry cream. Maaari kang gumamit ng pre-made na bersyon o gumawa ng sarili mo ayon sa iyong kagustuhan.
h) Punan ang éclairs ng chocolate mousse o chocolate-flavored pastry cream gamit ang piping bag o maliit na kutsara.

ROCKY ROAD TOPPING:
i) Sa isang mangkok, paghaluin ang mga mini marshmallow, tinadtad na mani, at chocolate chips.
j) Masaganang iwiwisik ang mabatong kalsada sa ibabaw ng mga punong éclairs, na tinitiyak ang pantay na saklaw.

CHOCOLATE GLAZE:
k) Sa isang mangkok na hindi tinatablan ng init, tunawin ang maitim na tsokolate at mantikilya sa isang double boiler.
l) Alisin mula sa init, magdagdag ng powdered sugar, at unti-unting haluin sa mainit na tubig hanggang makinis.
m) Isawsaw ang tuktok ng bawat éclair sa chocolate glaze, na tinitiyak ang pantay na saklaw. Hayaang tumulo ang labis.
n) Ilagay ang glazed éclairs sa isang tray at hayaang lumamig hanggang sa maitakda ang tsokolate.
o) Ihain nang malamig at tamasahin ang nakakatuwang kumbinasyon ng mga texture at lasa sa Rocky Road Éclairs!

74. Bubblegum Éclairs

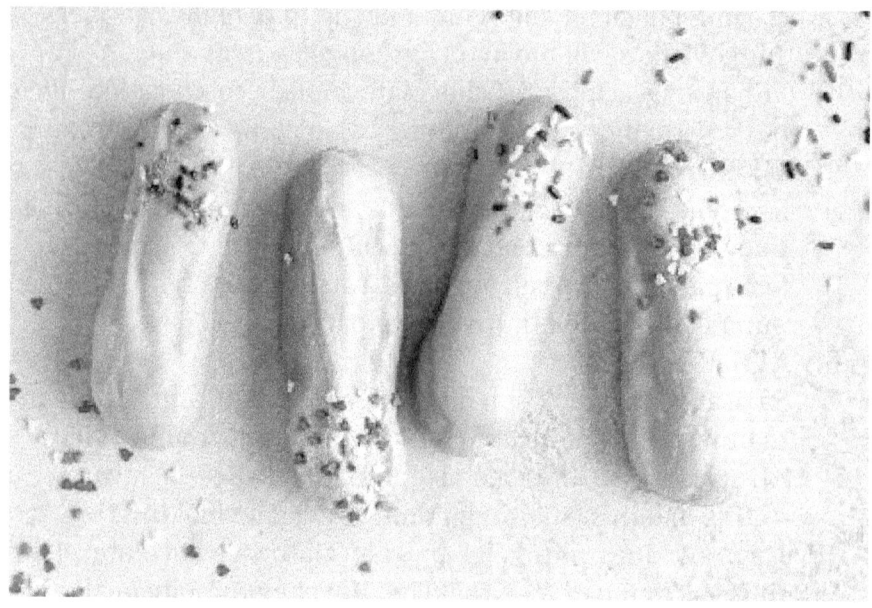

MGA INGREDIENTS:
PARA SA CHOUX PASTRY:
- 1 tasang tubig
- 1/2 tasa unsalted butter
- 1 tasang all-purpose na harina
- 4 malalaking itlog

PARA SA PAGPUPUNO:
- 2 tasang pastry cream na may lasa ng bubblegum

PARA SA BUBBLEGUM GLAZE :
- 1 tasang may pulbos na asukal
- 2-3 kutsarang gatas
- 1-2 kutsarita ng bubblegum extract o pampalasa (adjust sa panlasa)
- Pink o asul na pangkulay ng pagkain (opsyonal)

MGA TAGUBILIN:
CHOUX PASTRY:
a) Painitin muna ang iyong oven sa 375°F (190°C) at lagyan ng parchment paper ang isang baking sheet.
b) Sa isang kasirola, pagsamahin ang tubig at mantikilya. Init sa katamtamang apoy hanggang sa matunaw ang mantikilya at kumulo ang timpla.
c) Alisin mula sa init, idagdag ang harina, at pukawin nang masigla hanggang sa ang timpla ay bumubuo ng isang bola.
d) Hayaang lumamig ang kuwarta sa loob ng ilang minuto, pagkatapos ay idagdag ang mga itlog nang paisa-isa, matalo nang mabuti pagkatapos ng bawat karagdagan.
e) Ilipat ang kuwarta sa isang piping bag at pipe éclairs papunta sa inihandang baking sheet.
f) Maghurno ng mga 30 minuto o hanggang sa maging golden brown. Hayaang lumamig.

PAGPUPUNO:
g) Maghanda ng pastry cream na may lasa ng bubblegum. Magdagdag ng bubblegum extract o pampalasa sa isang klasikong pastry cream recipe o gumamit ng pre-made bubblegum-flavored pastry cream.

h) Punan ang éclairs ng bubblegum-flavored pastry cream gamit ang piping bag o maliit na kutsara.

BUBBLEGUM GLAZE:

i) Sa isang mangkok, pagsamahin ang powdered sugar, gatas, at bubblegum extract. Haluin hanggang makinis.

j) Kung ninanais, magdagdag ng ilang patak ng pink o asul na pangkulay ng pagkain upang makakuha ng kulay ng bubblegum.

k) Isawsaw ang tuktok ng bawat éclair sa bubblegum glaze, na tinitiyak ang pantay na saklaw. Hayaang tumulo ang labis.

l) Ilagay ang glazed éclairs sa isang tray at hayaang lumamig hanggang sa maitakda ang glaze.

m) Ihain ang pinalamig at maranasan ang masaya at kakaibang lasa ng Bubblegum Éclairs!

75. Sour Patch Citrus Éclairs

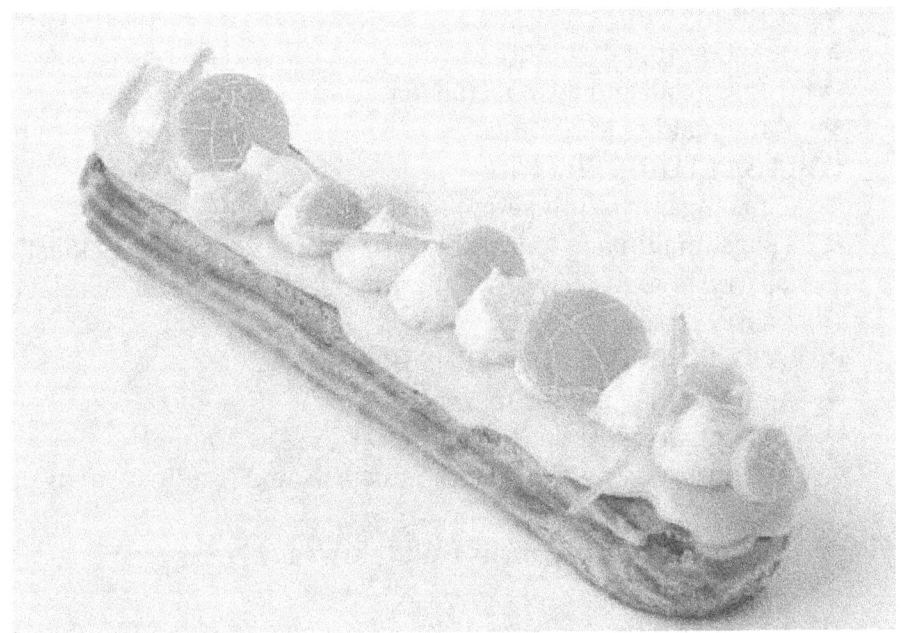

MGA INGREDIENTS:
PARA SA CHOUX PASTRY:
- 1 tasang tubig
- 1/2 tasa unsalted butter
- 1 tasang all-purpose na harina
- 4 malalaking itlog

PARA SA CITRUS FILLING:
- 2 tasang citrus-infused pastry cream
- (Pagsamahin ang lemon, lime, at orange zest sa isang klasikong pastry cream recipe o gumamit ng pre-made citrus-flavored pastry cream.)

PARA SA SOUR PATCH CITRUS GLAZE:
- 1 tasang may pulbos na asukal
- 2-3 kutsarang citrus juice (lemon, lime, o orange)
- 1-2 kutsarita ng citric acid o tartaric acid (i-adjust sa lasa para sa asim)
- Zest mula sa isang citrus fruit (para sa dekorasyon)

MGA TAGUBILIN:
CHOUX PASTRY:
a) Painitin muna ang iyong oven sa 375°F (190°C) at lagyan ng parchment paper ang isang baking sheet.
b) Sa isang kasirola, pagsamahin ang tubig at mantikilya. Init sa katamtamang apoy hanggang sa matunaw ang mantikilya at kumulo ang timpla.
c) Alisin mula sa init, idagdag ang harina, at pukawin nang masigla hanggang sa ang timpla ay bumubuo ng isang bola.
d) Hayaang lumamig ang kuwarta sa loob ng ilang minuto, pagkatapos ay idagdag ang mga itlog nang paisa-isa, matalo nang mabuti pagkatapos ng bawat karagdagan.
e) Ilipat ang kuwarta sa isang piping bag at pipe éclairs papunta sa inihandang baking sheet.
f) Maghurno ng mga 30 minuto o hanggang sa maging golden brown. Hayaang lumamig.

CITRUS FILLING:
g) Maghanda ng citrus-infused pastry cream. Pagsamahin ang lemon, lime, at orange zest sa isang klasikong pastry cream recipe o gumamit ng pre-made citrus-flavored pastry cream.
h) Punan ang mga éclair ng citrus-infused pastry cream gamit ang isang piping bag o isang maliit na kutsara.

SOUR PATCH CITRUS GLAZE:
i) Sa isang mangkok, pagsamahin ang powdered sugar, citrus juice, at citric acid. Haluin hanggang makinis. Ayusin ang citric acid upang makamit ang nais na antas ng asim.
j) Isawsaw ang tuktok ng bawat éclair sa sour patch citrus glaze, na tinitiyak ang pantay na saklaw. Hayaang tumulo ang labis.
k) Budburan ang zest mula sa isang citrus fruit sa ibabaw ng glazed éclairs para sa dekorasyon.
l) Ilagay ang glazed éclairs sa isang tray at hayaang lumamig hanggang sa maitakda ang glaze.
m) Ihain ang pinalamig at tamasahin ang matamis at tangy na lasa ng Sour Patch Citrus Éclairs!

76.Mga Mahilig sa Licorice Éclairs

MGA INGREDIENTS:
PARA SA CHOUX PASTRY:
- 1 tasang tubig
- 1/2 tasa unsalted butter
- 1 tasang all-purpose na harina
- 4 malalaking itlog

PARA SA PAGPUPUNO:
- 2 tasang pastry cream na may lasa ng licorice

PARA SA LICORICE GLAZE:
- 1 tasang may pulbos na asukal
- 2-3 kutsarang licorice syrup o katas
- Itim na pangkulay ng pagkain (opsyonal, para sa kulay)
- Tubig (kung kinakailangan para sa pagkakapare-pareho)

MGA TAGUBILIN:
CHOUX PASTRY:
a) Painitin muna ang iyong oven sa 375°F (190°C) at lagyan ng parchment paper ang isang baking sheet.
b) Sa isang kasirola, pagsamahin ang tubig at mantikilya. Init sa katamtamang apoy hanggang sa matunaw ang mantikilya at kumulo ang timpla.
c) Alisin mula sa init, idagdag ang harina, at pukawin nang masigla hanggang sa ang timpla ay bumubuo ng isang bola.
d) Hayaang lumamig ang kuwarta sa loob ng ilang minuto, pagkatapos ay idagdag ang mga itlog nang paisa-isa, matalo nang mabuti pagkatapos ng bawat karagdagan.
e) Ilipat ang kuwarta sa isang piping bag at pipe éclairs papunta sa inihandang baking sheet.
f) Maghurno ng mga 30 minuto o hanggang sa maging golden brown. Hayaang lumamig.

PAGPUPUNO:
g) Maghanda ng licorice-flavored pastry cream. Magdagdag ng licorice syrup o extract sa isang klasikong pastry cream recipe o gumamit ng pre-made licorice-flavored pastry cream.
h) Punan ang éclairs ng licorice-flavored pastry cream gamit ang piping bag o maliit na kutsara.

LICORICE GLAZE:
i) Sa isang mangkok, pagsamahin ang powdered sugar at licorice syrup o extract. Magdagdag ng tubig nang paunti-unti hanggang sa maabot mo ang nais na pagkakapare-pareho ng glaze.
j) Kung ninanais, magdagdag ng itim na pangkulay ng pagkain upang makakuha ng malalim na kulay ng licorice.
k) Isawsaw ang tuktok ng bawat éclair sa licorice glaze, na tinitiyak ang pantay na saklaw. Hayaang tumulo ang labis.
l) Ilagay ang glazed éclairs sa isang tray at hayaang lumamig hanggang sa maitakda ang glaze.
m) Ihain ang pinalamig at maranasan ang matapang at kakaibang lasa ng Licorice Lovers Éclairs!

MGA ECLAIR NA MAY KAPE

77. Cappuccino Eclairs

MGA INGREDIENTS:
- 1 batch ng mga eclair pastry shell na gawa sa bahay o binili sa tindahan
- 1 tasang mabigat na cream
- 2 kutsarang instant coffee granules
- ¼ tasa ng pulbos na asukal
- ½ kutsarita vanilla extract
- ¼ tasa ng cocoa powder (para sa pag-aalis ng alikabok)

MGA TAGUBILIN:
a) Ihanda ang mga shell ng eclair pastry ayon sa recipe o mga tagubilin sa pakete at hayaang lumamig.
b) Sa isang maliit na mangkok, i-dissolve ang instant coffee granules sa ilang kutsarang mainit na tubig. Hayaang lumamig.
c) Sa isang hiwalay na mangkok, hagupitin ang mabibigat na cream, powdered sugar, at vanilla extract hanggang sa mabuo ang stiff peak.
d) Dahan-dahang tiklupin ang pinaghalong kape sa whipped cream.
e) Hatiin ang bawat eclair shell sa kalahati nang pahalang at punuin ang mga ito ng whipped cream na may lasa ng kape.
f) Alikabok ang tuktok ng eclairs ng cocoa powder.
g) Ihain at tamasahin ang iyong mga lutong bahay na cappuccino eclairs!

78. Tiramisu Eclairs

MGA INGREDIENTS:
ECLAIR DOUGH:
- 3 malalaking itlog, sa temperatura ng silid
- 1/2 tasa ng tubig
- 4 1/2 tablespoons unsalted butter, gupitin sa 1/2-inch cubes
- 3 kutsarang butil na asukal
- 3/4 tasa sifted all-purpose flour
- 1 kutsarang instant na kape
- 1 1/2 kutsarita ng giniling na kanela

MASCARPONE FILLING:
- 8 ounces mascarpone cheese
- 1/2 tasa ng mabigat na cream
- 6 na kutsarang granulated sugar
- 2 kutsarang light rum

GLAZE:
- 1/2 tasa ng asukal sa mga confectioner
- 5 kutsarita ng mabigat na cream

MGA TAGUBILIN:
ECLAIR DOUGH:
a) Painitin muna ang oven sa 425 degrees F. Linya ang dalawang baking sheet na may baking parchment.
b) Sa isang glass measuring cup, haluin ang mga itlog hanggang sa maghalo. Magreserba ng 2 kutsara ng pinalo na itlog sa isang maliit na tasa.
c) Sa isang medium heavy saucepan, pagsamahin ang tubig, mantikilya, at asukal. Init sa katamtamang init hanggang sa matunaw ang mantikilya.
d) Dagdagan ang init sa medium-high at dalhin ang timpla sa isang pigsa. Alisan sa init.
e) Gamit ang wire whisk, ihalo ang harina, instant coffee, at cinnamon. Haluin nang malakas sa loob ng 20 hanggang 30 segundo hanggang sa makinis ang timpla at maalis sa gilid ng kawali.
f) Ibalik ang kawali sa init, patuloy na pagpapakilos gamit ang isang kahoy na kutsara. Magluto ng 30 hanggang 60 segundo

hanggang ang i-paste ay bumuo ng napakakinis na bola. Ilipat ang paste sa isang malaking mangkok.

g) Ibuhos ang nakareserbang 1/2 tasa ng pinalo na itlog sa ibabaw ng i-paste at talunin nang malakas gamit ang isang kahoy na kutsara sa loob ng 45 hanggang 60 segundo hanggang ang timpla ay bumuo ng isang makinis, malambot na kuwarta. Ang kuwarta ay dapat na hawakan ang hugis nito kapag sinandok gamit ang isang kutsara ngunit sapat na malambot upang dahan-dahang dumulas ang kutsara kapag tumagilid.

h) Punan ang isang pastry bag na may 5/16-inch plain tip na may eclair dough. I-pipe ang 5-inch strips na humigit-kumulang 1/2-inch ang lapad sa inihandang baking sheet, na nag-iiwan ng mga 1 1/2 inches sa pagitan ng mga eclair.

i) Banayad na i-brush ang tuktok ng eclairs gamit ang natitirang pinalo na itlog.

j) I-bake ang mga eclair sa loob ng 10 minuto, pagkatapos ay bawasan ang temperatura ng oven sa 375 degrees F. Ipagpatuloy ang pagluluto sa loob ng 20 hanggang 25 minuto hanggang sa sila ay malutong. Ilipat ang mga eclair sa isang wire rack at ganap na palamig.

MASCARPONE FILLING:

k) Sa isang malaking mangkok, haluin ang mascarpone cheese, heavy cream, asukal hanggang makinis.

l) Haluin ang rum.

GLAZE:

m) Sa isang maliit na mangkok, pagsamahin ang asukal ng mga confectioner na may mabigat na cream. Haluin hanggang makinis.

I-ASSEMBLE AT GLAZE ANG ECLAIRS:

n) Hatiin ang mga eclair sa kalahati at alisin ang anumang basa-basa na kuwarta.

o) Punan ang bawat eclair ng mga tatlong kutsara ng mascarpone filling.

p) Palitan ang tuktok ng bawat eclair.

q) Ikalat ang glaze sa tuktok ng bawat eclair.

r) Alikabok ng sifted cocoa powder at palamutihan ng whipped cream kung gusto.

79. Mocha Eclairs

MGA INGREDIENTS:
CHOUX PASTRY:
- 1 Choux Pastry

COFFEE CREME PATISSIERE:
- 2 tsp Vanilla Extract
- 500 ML ng Gatas
- 120 g ng Asukal
- 50 g Plain Flour
- 120 g Egg Yolks (humigit-kumulang 6 na itlog)
- 60 ml na Espresso
- 10 g Instant na Kape

CHOCOLATE CRAQUELIN:
- 80 g Plain Flour
- 10 g Cocoa Powder
- 90 g Caster Sugar
- 75 g unsalted butter (cubed)

CHOCOLATE ICING:
- 500 g Fondant Icing Sugar
- 50 g Dark Chocolate (natunaw)
- Tubig

PARA DECORATE:
- Butil ng Kape
- Cocoa Nibs

MGA TAGUBILIN:
CHOUX PASTRY:
a) Painitin muna ang iyong oven sa 200°C (180°C fan) at lagyan ng parchment paper ang baking tray.
b) Ihanda ang choux pastry ayon sa iyong paboritong recipe o gumamit ng pastry na binili sa tindahan kung gusto.
c) I-pipe ang choux pastry sa mga hugis na éclair sa inihandang tray. Maghurno hanggang sa maging golden brown at puffed up. Hayaang lumamig.

COFFEE CREME PATISSIERE:
d) Sa isang kasirola, pagsamahin ang gatas, asukal, vanilla extract, plain flour, at instant coffee. Haluin hanggang makinis.

e) Init ang pinaghalong sa katamtamang init, patuloy na pagpapakilos, hanggang sa lumapot.
f) Sa isang hiwalay na mangkok, talunin ang mga pula ng itlog. Dahan-dahang magdagdag ng isang sandok ng mainit na pinaghalong gatas sa mga pula ng itlog, patuloy na paghahalo.
g) Ibuhos muli ang pinaghalong pula ng itlog sa kasirola at ipagpatuloy ang pagluluto hanggang sa makapal ang custard.
h) Alisin sa init at ihalo sa espresso. Hayaang lumamig.

CHOCOLATE CRAQUELIN:
i) Sa isang mangkok, paghaluin ang plain flour, cocoa powder, caster sugar, at cubed unsalted butter hanggang sa maging masa.
j) Igulong ang kuwarta sa pagitan ng dalawang sheet ng parchment paper sa nais mong kapal.
k) Palamigin ang kuwarta sa refrigerator hanggang sa matigas. Kapag matatag, gupitin ang mga bilog upang ilagay sa ibabaw ng mga éclair.

CHOCOLATE ICING:
l) Matunaw ang maitim na tsokolate at hayaan itong lumamig nang bahagya.
m) Sa isang mangkok, pagsamahin ang fondant icing sugar at tinunaw na tsokolate. Magdagdag ng tubig nang paunti-unti hanggang sa makamit mo ang isang makinis, maibuhos na pagkakapare-pareho.

ASSEMBLY:
n) Gupitin ang pinalamig na mga éclair sa kalahati nang pahalang.
o) Punan ang isang piping bag ng coffee creme patissiere at i-pipe ito sa ibabang kalahati ng bawat éclair.
p) Ilagay ang chocolate craquelin sa ibabaw ng creme patissiere.
q) Isawsaw ang tuktok ng bawat éclair sa chocolate icing, na nagpapahintulot na tumulo ang labis.
r) Hayaang mag-set ang chocolate icing.
s) Palamutihan ng mga butil ng kape at cocoa nibs.

80. Espresso Bean Crunch Éclairs

MGA INGREDIENTS:
PARA SA CHOUX PASTRY:
- 1 tasang tubig
- 1/2 tasa unsalted butter
- 1 tasang all-purpose na harina
- 4 malalaking itlog

PARA SA PAGPUPUNO:
- 2 tasang pastry cream na may lasa ng kape

PARA SA ESPRESSO BEAN CRUNCH TOPPING:
- 1/2 tasa ng espresso beans na natatakpan ng tsokolate, pinong tinadtad

PARA SA COFFEE GLAZE:
- 1/2 tasa ng dark chocolate, tinadtad
- 1/4 tasa unsalted butter
- 1 tasang may pulbos na asukal
- 1-2 tablespoons brewed matapang na kape o espresso

MGA TAGUBILIN:
CHOUX PASTRY:
a) Painitin muna ang iyong oven sa 375°F (190°C) at lagyan ng parchment paper ang isang baking sheet.
b) Sa isang kasirola, pagsamahin ang tubig at mantikilya. Init sa katamtamang apoy hanggang sa matunaw ang mantikilya at kumulo ang timpla.
c) Alisin mula sa init, idagdag ang harina, at pukawin nang masigla hanggang sa ang timpla ay bumubuo ng isang bola.
d) Hayaang lumamig ang kuwarta sa loob ng ilang minuto, pagkatapos ay idagdag ang mga itlog nang paisa-isa, matalo nang mabuti pagkatapos ng bawat karagdagan.
e) Ilipat ang kuwarta sa isang piping bag at pipe éclairs papunta sa inihandang baking sheet.
f) Maghurno ng mga 30 minuto o hanggang sa maging golden brown. Hayaang lumamig.

PAGPUPUNO:
g) Maghanda ng pastry cream na may lasa ng kape. Magdagdag ng kape o espresso sa isang klasikong recipe ng pastry cream o gumamit ng pre-made na coffee-flavored pastry cream.

h) Punan ang mga éclair ng pastry cream na may lasa ng kape gamit ang isang piping bag o isang maliit na kutsara.
i) Espresso Bean Crunch Topping:
j) Pinong tumaga ang espresso beans na natatakpan ng tsokolate.
k) Iwiwisik nang husto ang tinadtad na espresso beans sa ibabaw ng mga napunong éclair, na tinitiyak ang pantay na saklaw.

COFFEE GLAZE:
l) Sa isang mangkok na hindi tinatablan ng init, tunawin ang maitim na tsokolate at mantikilya sa isang double boiler.
m) Alisin sa init, magdagdag ng powdered sugar, at unti-unting ihalo ang brewed strong coffee o espresso hanggang makinis.
n) Isawsaw ang tuktok ng bawat éclair sa coffee glaze, na tinitiyak ang pantay na saklaw. Hayaang tumulo ang labis.
o) Ilagay ang glazed éclairs sa isang tray at hayaang lumamig hanggang sa maitakda ang tsokolate.
p) Ihain nang malamig at tamasahin ang masarap na kumbinasyon ng lasa ng kape at malutong na espresso bean topping sa Espresso Bean Crunch Éclairs!

81. Irish Coffee Éclairs

MGA INGREDIENTS:
PARA SA CHOUX PASTRY:
- 1 tasang tubig
- 1/2 tasa unsalted butter
- 1 tasang all-purpose na harina
- 4 malalaking itlog

PARA SA PAGPUPUNO:
- 2 tasang Irish coffee-flavored pastry cream
- (Pagsamahin ang kape, Irish cream, at isang touch ng whisky sa isang klasikong pastry cream recipe o gumamit ng pre-made Irish coffee-flavored pastry cream.)

PARA SA IRISH COFFEE GLAZE:
- 1/2 tasa puting tsokolate, tinadtad
- 1/4 tasa unsalted butter
- 1 tasang may pulbos na asukal
- 1-2 kutsarang Irish cream

MGA TAGUBILIN:
CHOUX PASTRY:
a) Painitin muna ang iyong oven sa 375°F (190°C) at lagyan ng parchment paper ang isang baking sheet.
b) Sa isang kasirola, pagsamahin ang tubig at mantikilya. Init sa katamtamang apoy hanggang sa matunaw ang mantikilya at kumulo ang timpla.
c) Alisin mula sa init, idagdag ang harina, at pukawin nang masigla hanggang sa ang timpla ay bumubuo ng isang bola.
d) Hayaang lumamig ang kuwarta sa loob ng ilang minuto, pagkatapos ay idagdag ang mga itlog nang paisa-isa, matalo nang mabuti pagkatapos ng bawat karagdagan.
e) Ilipat ang kuwarta sa isang piping bag at pipe éclairs papunta sa inihandang baking sheet.
f) Maghurno ng mga 30 minuto o hanggang sa maging golden brown. Hayaang lumamig.

PAGPUPUNO:
g) Maghanda ng Irish coffee-flavored pastry cream. Pagsamahin ang kape, Irish cream, at isang touch ng whisky sa isang

klasikong pastry cream recipe o gumamit ng pre-made Irish coffee-flavored pastry cream.

h) Punan ang mga éclair ng Irish coffee-flavored pastry cream gamit ang piping bag o maliit na kutsara.

IRISH COFFEE GLAZE:

i) Sa isang mangkok na hindi tinatablan ng init, tunawin ang tsokolate at mantikilya sa isang double boiler.

j) Alisin mula sa init, magdagdag ng powdered sugar, at unti-unting ihalo ang Irish cream hanggang makinis.

k) Isawsaw ang tuktok ng bawat éclair sa Irish coffee glaze, na tinitiyak ang pantay na saklaw. Hayaang tumulo ang labis.

l) Ilagay ang glazed éclairs sa isang tray at hayaang lumamig hanggang sa maitakda ang tsokolate.

m) Ihain nang malamig at tamasahin ang masaganang lasa ng Irish Coffee Éclairs!

82. Vanilla Latte Éclairs

MGA INGREDIENTS:
PARA SA CHOUX PASTRY:
- 1 tasang tubig
- 1/2 tasa unsalted butter
- 1 tasang all-purpose na harina
- 4 malalaking itlog

PARA SA PAGPUPUNO:
- 2 tasang vanilla latte-flavored pastry cream
- (Pagsamahin ang vanilla extract at matapang na brewed na kape o espresso sa isang klasikong pastry cream recipe o gumamit ng pre-made vanilla latte-flavored pastry cream.)

PARA SA COFFEE GLAZE:
- 1/2 tasa ng dark chocolate, tinadtad
- 1/4 tasa unsalted butter
- 1 tasang may pulbos na asukal
- 1-2 tablespoons brewed matapang na kape o espresso

MGA TAGUBILIN:
CHOUX PASTRY:
a) Painitin muna ang iyong oven sa 375°F (190°C) at lagyan ng parchment paper ang isang baking sheet.
b) Sa isang kasirola, pagsamahin ang tubig at mantikilya. Init sa katamtamang apoy hanggang sa matunaw ang mantikilya at kumulo ang timpla.
c) Alisin mula sa init, idagdag ang harina, at pukawin nang masigla hanggang sa ang timpla ay bumubuo ng isang bola.
d) Hayaang lumamig ang kuwarta sa loob ng ilang minuto, pagkatapos ay idagdag ang mga itlog nang paisa-isa, matalo nang mabuti pagkatapos ng bawat karagdagan.
e) Ilipat ang kuwarta sa isang piping bag at pipe éclairs papunta sa inihandang baking sheet.
f) Maghurno ng mga 30 minuto o hanggang sa maging golden brown. Hayaang lumamig.

PAGPUPUNO:
g) Maghanda ng vanilla latte-flavored pastry cream. Pagsamahin ang vanilla extract at matapang na brewed na kape o espresso

sa isang klasikong pastry cream recipe o gumamit ng pre-made vanilla latte-flavored pastry cream.

h) Punan ang éclairs ng vanilla latte-flavored pastry cream gamit ang piping bag o maliit na kutsara.

COFFEE GLAZE:

i) Sa isang mangkok na hindi tinatablan ng init, tunawin ang maitim na tsokolate at mantikilya sa isang double boiler.

j) Alisin sa init, magdagdag ng powdered sugar, at unti-unting ihalo ang brewed strong coffee o espresso hanggang makinis.

k) Isawsaw ang tuktok ng bawat éclair sa coffee glaze, na tinitiyak ang pantay na saklaw. Hayaang tumulo ang labis.

l) Ilagay ang glazed éclairs sa isang tray at hayaang lumamig hanggang sa maitakda ang tsokolate.

m) Ihain nang malamig at tamasahin ang magkatugmang timpla ng vanilla at coffee flavor sa Vanilla Latte Éclairs!

83. Caramel Macchiato Éclairs

MGA INGREDIENTS:
PARA SA CHOUX PASTRY:
- 1 tasang tubig
- 1/2 tasa unsalted butter
- 1 tasang all-purpose na harina
- 4 malalaking itlog

PARA SA PAGPUPUNO:
- 2 tasang caramel macchiato-flavored pastry cream
- (Pagsamahin ang caramel sauce at matapang na brewed na kape o espresso sa isang klasikong pastry cream recipe o gumamit ng pre-made caramel macchiato-flavored pastry cream.)

PARA SA CARAMEL GLAZE:
- 1/2 tasa ng caramel sauce
- 1/4 tasa unsalted butter
- 1 tasang may pulbos na asukal
- 1-2 tablespoons brewed matapang na kape o espresso

MGA TAGUBILIN:
CHOUX PASTRY:
a) Painitin muna ang iyong oven sa 375°F (190°C) at lagyan ng parchment paper ang isang baking sheet.
b) Sa isang kasirola, pagsamahin ang tubig at mantikilya. Init sa katamtamang apoy hanggang sa matunaw ang mantikilya at kumulo ang timpla.
c) Alisin mula sa init, idagdag ang harina, at pukawin nang masigla hanggang sa ang timpla ay bumubuo ng isang bola.
d) Hayaang lumamig ang kuwarta sa loob ng ilang minuto, pagkatapos ay idagdag ang mga itlog nang paisa-isa, matalo nang mabuti pagkatapos ng bawat karagdagan.
e) Ilipat ang kuwarta sa isang piping bag at pipe éclairs papunta sa inihandang baking sheet.
f) Maghurno ng mga 30 minuto o hanggang sa maging golden brown. Hayaang lumamig.

PAGPUPUNO:
g) Maghanda ng caramel macchiato-flavored pastry cream. Pagsamahin ang caramel sauce at matapang na brewed na kape

o espresso sa isang klasikong recipe ng pastry cream o gumamit ng pre-made caramel macchiato-flavored pastry cream.

h) Punan ang mga éclair ng caramel macchiato-flavored pastry cream gamit ang piping bag o maliit na kutsara.

CARAMEL GLAZE:

i) Sa isang kasirola, pagsamahin ang caramel sauce at butter. Init sa katamtamang init hanggang sa makinis ang timpla.

j) Alisin sa init, magdagdag ng powdered sugar, at unti-unting ihalo ang brewed strong coffee o espresso hanggang makinis.

k) Isawsaw ang tuktok ng bawat éclair sa caramel glaze, na tinitiyak ang pantay na saklaw. Hayaang tumulo ang labis.

l) Ilagay ang glazed éclairs sa isang tray at hayaang lumamig hanggang sa maitakda ang karamelo.

84. Hazelnut Coffee Éclairs

MGA INGREDIENTS:
PARA SA CHOUX PASTRY:
- 1 tasang tubig
- 1/2 tasa unsalted butter
- 1 tasang all-purpose na harina
- 4 malalaking itlog

PARA SA PAGPUPUNO:
- 2 tasang hazelnut coffee-flavored pastry cream
- (Pagsamahin ang hazelnut extract at matapang na brewed na kape o espresso sa isang klasikong pastry cream recipe o gumamit ng pre-made hazelnut coffee-flavored pastry cream.)

PARA SA HAZELNUT COFFEE GLAZE:
- 1/2 tasa ng dark chocolate, tinadtad
- 1/4 tasa unsalted butter
- 1 tasang may pulbos na asukal
- 1-2 tablespoons brewed strong hazelnut coffee o espresso

MGA TAGUBILIN:
CHOUX PASTRY:
a) Painitin muna ang iyong oven sa 375°F (190°C) at lagyan ng parchment paper ang isang baking sheet.
b) Sa isang kasirola, pagsamahin ang tubig at mantikilya. Init sa katamtamang apoy hanggang sa matunaw ang mantikilya at kumulo ang timpla.
c) Alisin mula sa init, idagdag ang harina, at pukawin nang masigla hanggang sa ang timpla ay bumubuo ng isang bola.
d) Hayaang lumamig ang kuwarta sa loob ng ilang minuto, pagkatapos ay idagdag ang mga itlog nang paisa-isa, matalo nang mabuti pagkatapos ng bawat karagdagan.
e) Ilipat ang kuwarta sa isang piping bag at pipe éclairs papunta sa inihandang baking sheet.
f) Maghurno ng mga 30 minuto o hanggang sa maging golden brown. Hayaang lumamig.

PAGPUPUNO:
g) Maghanda ng hazelnut coffee-flavored pastry cream. Pagsamahin ang hazelnut extract at strong brewed hazelnut

coffee o espresso sa isang klasikong pastry cream recipe o gumamit ng pre-made hazelnut coffee-flavored pastry cream.

h) Punan ang mga éclair ng hazelnut coffee-flavored pastry cream gamit ang piping bag o maliit na kutsara.

HAZELNUT COFFEE GLAZE:

i) Sa isang mangkok na hindi tinatablan ng init, tunawin ang maitim na tsokolate at mantikilya sa isang double boiler.

j) Alisin sa init, magdagdag ng powdered sugar, at unti-unting ihalo ang brewed strong hazelnut coffee o espresso hanggang makinis.

k) Isawsaw ang tuktok ng bawat éclair sa hazelnut coffee glaze, na tinitiyak ang pantay na saklaw. Hayaang tumulo ang labis.

l) Ilagay ang glazed éclairs sa isang tray at hayaang lumamig hanggang sa maitakda ang tsokolate.

m) Ihain nang malamig at tamasahin ang masaganang kumbinasyon ng mga lasa ng hazelnut at kape sa Hazelnut Coffee Éclairs!

CHEESY ECLAIRS

85. Blueberry Cheesecake Éclair

MGA INGREDIENTS:
PARA SA CHOUX PASTRY:
- 1 tasang tubig
- 1/2 tasa unsalted butter
- 1 tasang all-purpose na harina
- 4 malalaking itlog

PARA SA CHEESECAKE FILLING:
- 2 tasang cream cheese, pinalambot
- 1 tasang may pulbos na asukal
- 1 kutsarita vanilla extract
- 1 tasang blueberry compote (homemade o binili sa tindahan)

PARA SA BLUEBERRY GLAZE:
- 1 tasang sariwang blueberries
- 1/4 tasa ng butil na asukal
- 1 kutsarang lemon juice

MGA TAGUBILIN:
CHOUX PASTRY:
a) Painitin muna ang iyong oven sa 375°F (190°C) at lagyan ng parchment paper ang isang baking sheet.
b) Sa isang kasirola, pagsamahin ang tubig at mantikilya. Init sa katamtamang apoy hanggang sa matunaw ang mantikilya at kumulo ang timpla.
c) Alisin mula sa init, idagdag ang harina, at pukawin nang masigla hanggang sa ang timpla ay bumubuo ng isang bola.
d) Hayaang lumamig ang kuwarta sa loob ng ilang minuto, pagkatapos ay idagdag ang mga itlog nang paisa-isa, matalo nang mabuti pagkatapos ng bawat karagdagan.
e) Ilipat ang kuwarta sa isang piping bag at pipe éclair shapes papunta sa inihandang baking sheet.
f) Maghurno ng mga 30 minuto o hanggang sa maging golden brown. Hayaang lumamig.

CHEESECAKE FILLING:
g) Sa isang mangkok ng paghahalo, taluninang pinalambot na cream cheese hanggang sa makinis.
h) Magdagdag ng pulbos na asukal at vanilla extract, at patuloy na talunin hanggang sa maayos na pinagsama.

i) Punan ang isang piping bag ng pagpuno ng cheesecake.
j) Kapag lumamig na ang mga éclair, gumawa ng maliit na paghiwa sa isang gilid ng bawat éclair at i-pipe ang pagpuno ng cheesecake sa gitna.
k) Kutsara ang blueberry compote sa ibabaw ng cheesecake filling.

BLUEBERRY GLAZE:
l) Sa isang kasirola, pagsamahin ang mga sariwang blueberries, granulated sugar, at lemon juice.
m) Lutuin sa katamtamang apoy hanggang sa pumutok ang mga blueberries at lumapot ang timpla sa isang glaze.
n) Salain ang glaze upang alisin ang mga buto at balat.
o) Hayaang lumamig nang bahagya ang blueberry glaze.
p) Kutsara ang blueberry glaze sa ibabaw ng napunong éclairs.
q) Ilagay ang glazed éclairs sa refrigerator upang payagang mag-set ang glaze.
r) Ihain nang malamig at tamasahin ang masarap na kumbinasyon ng blueberry at cheesecake sa Blueberry Cheesecake Éclair!

86. Gouda Glazed Eclairs

MGA INGREDIENTS:
- 1 tasang tubig
- 1/2 tasa unsalted butter
- 1 tasang all-purpose na harina
- 4 malalaking itlog
- 1/2 kutsarita ng asin
- 1 tasang ginutay-gutay na Gouda cheese

PARA SA PAGPUPUNO:
- 2 tasang cream cheese
- 1/2 tasa ng asukal sa pulbos
- 1 kutsarita vanilla extract

PARA SA GLAZE:
- 1 tasang Gouda cheese, ginutay-gutay
- 1/2 tasa ng mabigat na cream
- 1 tasang may pulbos na asukal
- 1 kutsarita vanilla extract

MGA TAGUBILIN:
ECLAIR PASTRY:

a) Painitin muna ang iyong oven sa 400°F (200°C). Iguhit ang isang baking sheet na may parchment paper.

b) Sa isang medium na kasirola, pagsamahin ang tubig, mantikilya, at asin. Dalhin ito sa isang pigsa sa katamtamang init.

c) Idagdag ang harina nang sabay-sabay, ihalo nang masigla hanggang sa maging bola ang timpla. Alisin mula sa init at hayaang lumamig ng ilang minuto.

d) Talunin ang mga itlog, isa-isa, hanggang sa makinis ang masa.

e) Haluin ang ginutay-gutay na Gouda cheese hanggang sa maayos na pagsamahin.

f) Ilipat ang kuwarta sa isang pastry bag na nilagyan ng malaking bilog na dulo. I-pipe ang 4-inch strips sa inihandang baking sheet.

g) Maghurno ng 15-20 minuto o hanggang mag-golden brown at puffed. Hayaang lumamig nang lubusan ang mga eclair.

PAGPUPUNO:

h) Sa isang mixing bowl, haluin ang cream cheese, powdered sugar, at vanilla extract hanggang makinis.

i) Kapag ang mga eclair ay lumamig na, gupitin ang mga ito sa kalahati nang pahalang, at i-pipe o kutsara ang cream cheese na pinupuno sa ibabang bahagi.

GLAZE:

j) Sa isang maliit na kasirola, pagsamahin ang Gouda cheese, heavy cream, powdered sugar, at vanilla extract sa mahinang apoy.
k) Haluin hanggang matunaw ang keso, at makinis ang glaze. Alisan sa init.
l) Ibuhos ang glaze sa ibabaw ng napuno na mga eclair.
m) Maglingkod at Mag-enjoy!
n) Handa nang tangkilikin ang Gouda Glazed Eclairs. Ihain sa kanila nang malamig at tikman ang masarap na kumbinasyon ng creamy filling at cheesy glaze.

87. Raspberry Swirl Cheesecake Eclairs

MGA INGREDIENTS:
PARA SA CHOUX PASTRY:
- 1 tasang tubig
- 1/2 tasa unsalted butter
- 1 tasang all-purpose na harina
- 4 malalaking itlog
- 1/2 kutsarita ng asin

PARA SA CHEESECAKE FILLING:
- 2 tasang cream cheese, pinalambot
- 1/2 tasa ng butil na asukal
- 1 kutsarita vanilla extract

PARA SA RASPBERRY SWIRL:
- 1 tasa sariwa o frozen na raspberry
- 1/4 tasa ng butil na asukal
- 1 kutsarang tubig

PARA SA GLAZE:
- 1 tasang may pulbos na asukal
- 2 kutsarang gatas
- 1/2 kutsarita vanilla extract

MGA TAGUBILIN:
CHOUX PASTRY:
a) Painitin muna ang iyong oven sa 400°F (200°C). Iguhit ang isang baking sheet na may parchment paper.
b) Sa katamtamang kasirola, pakuluan ang tubig at mantikilya sa katamtamang init.
c) Idagdag ang harina at asin, patuloy na pagpapakilos hanggang sa maging bola ang timpla.
d) Alisin mula sa init at hayaang lumamig ng ilang minuto.
e) Talunin ang mga itlog nang paisa-isa hanggang sa makinis ang masa.
f) Ilipat ang kuwarta sa isang pastry bag na nilagyan ng malaking bilog na dulo. I-pipe ang 4-inch strips sa inihandang baking sheet.
g) Maghurno ng 15-20 minuto o hanggang mag-golden brown at puffed. Hayaang lumamig nang lubusan ang mga eclair.

CHEESECAKE FILLING:
h) Sa isang mangkok ng paghahalo, talunin ang cream cheese, asukal, at vanilla extract hanggang sa makinis.
i) Kapag lumamig na ang mga eclair, gupitin ang mga ito sa kalahati nang pahalang, at i-pipe o kutsara ang pagpuno ng cheesecake sa ilalim na mga bahagi.

RASPBERRY SWIRL:
j) Sa isang maliit na kasirola, pagsamahin ang mga raspberry, asukal, at tubig. Lutuin sa katamtamang init hanggang masira ang mga raspberry at lumapot ang timpla.
k) Salain ang pinaghalong raspberry upang alisin ang mga buto, na nag-iiwan ng makinis na sarsa ng raspberry.

ASSEMBLY:
l) Sandok ang raspberry sauce sa ibabaw ng cheesecake filling sa bawat eclair.
m) Ilagay muli ang mga tuktok na kalahati ng mga eclair.

GLAZE:
n) Sa isang maliit na mangkok, haluin ang powdered sugar, gatas, at vanilla extract hanggang makinis.
o) Ibuhos ang glaze sa mga naka-assemble na eclair.
p) Palamigin at Ihain:
q) Palamigin ang Raspberry Swirl Cheesecake Eclairs nang hindi bababa sa isang oras bago ihain. Tangkilikin ang nakakatuwang kumbinasyon ng creamy cheesecake, tart raspberry swirl, at ang light choux pastry!

88.Chocolate Marble Cheesecake Eclairs

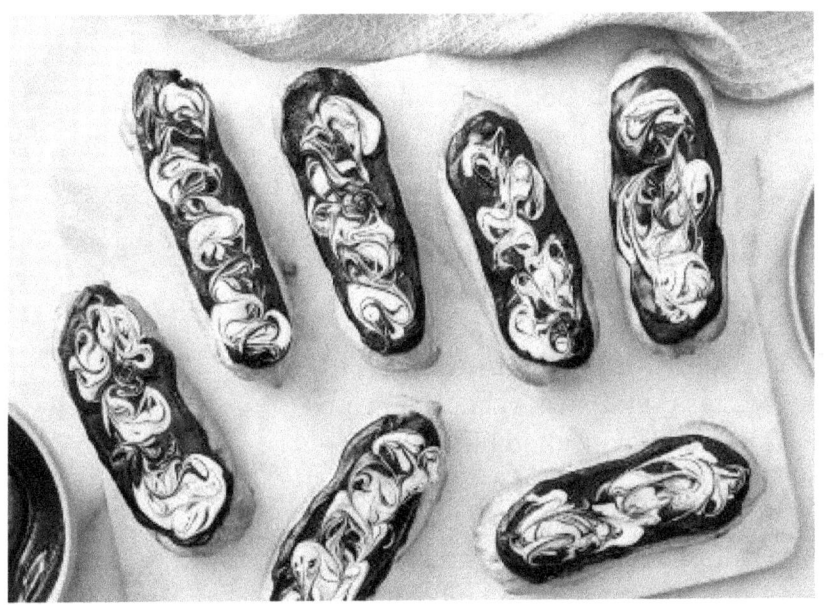

MGA INGREDIENTS:
PARA SA CHOUX PASTRY:
- 1 tasang tubig
- 1/2 tasa unsalted butter
- 1 tasang all-purpose na harina
- 4 malalaking itlog
- 1/2 kutsarita ng asin

PARA SA CHEESECAKE FILLING:
- 2 tasang cream cheese, pinalambot
- 1/2 tasa ng butil na asukal
- 1 kutsarita vanilla extract

PARA SA CHOCOLATE MARBLE SWIRL:
- 1/2 tasa semi-sweet chocolate chips
- 2 kutsarang unsalted butter

PARA SA CHOCOLATE GLAZE:
- 1/2 tasa semi-sweet chocolate chips
- 1/4 tasa ng mabigat na cream
- 2 kutsarang asukal sa pulbos

MGA TAGUBILIN:
CHOUX PASTRY:
a) Painitin muna ang iyong oven sa 400°F (200°C). Iguhit ang isang baking sheet na may parchment paper.
b) Sa katamtamang kasirola, pakuluan ang tubig at mantikilya sa katamtamang init.
c) Idagdag ang harina at asin, patuloy na pagpapakilos hanggang sa maging bola ang timpla.
d) Alisin mula sa init at hayaang lumamig ng ilang minuto.
e) Talunin ang mga itlog nang paisa-isa hanggang sa makinis ang masa.
f) Ilipat ang kuwarta sa isang pastry bag na nilagyan ng malaking bilog na dulo. I-pipe ang 4-inch strips sa inihandang baking sheet.
g) Maghurno ng 15-20 minuto o hanggang mag-golden brown at puffed. Hayaang lumamig nang lubusan ang mga eclair.

CHEESECAKE FILLING:
h) Sa isang mangkok ng paghahalo, talunin ang cream cheese, asukal, at vanilla extract hanggang sa makinis.
i) Kapag lumamig na ang mga eclair, gupitin ang mga ito sa kalahati nang pahalang, at i-pipe o kutsara ang pagpuno ng cheesecake sa ilalim na mga bahagi.

CHOCOLATE MARBLE SWIRL:
j) Matunaw ang mga chocolate chip at mantikilya sa isang mangkok na hindi tinatablan ng init sa kumukulong tubig o sa microwave.
k) Ibuhos ang natunaw na chocolate mixture sa cheesecake filling sa bawat eclair. Gumamit ng toothpick para gumawa ng marble swirl pattern.

CHOCOLATE GLAZE:
l) Sa isang maliit na kasirola, init ng chocolate chips, heavy cream, at powdered sugar sa mahinang apoy, haluin hanggang makinis.
m) Ibuhos ang chocolate glaze sa mga naka-assemble na eclair.
n) Palamigin at Ihain:
o) Palamigin ang Chocolate Marble Cheesecake Eclairs nang hindi bababa sa isang oras bago ihain. Tangkilikin ang masarap na kumbinasyon ng creamy cheesecake, chocolate marble swirl, at ang light choux pastry!

89.Salted Caramel Cheesecake Eclair

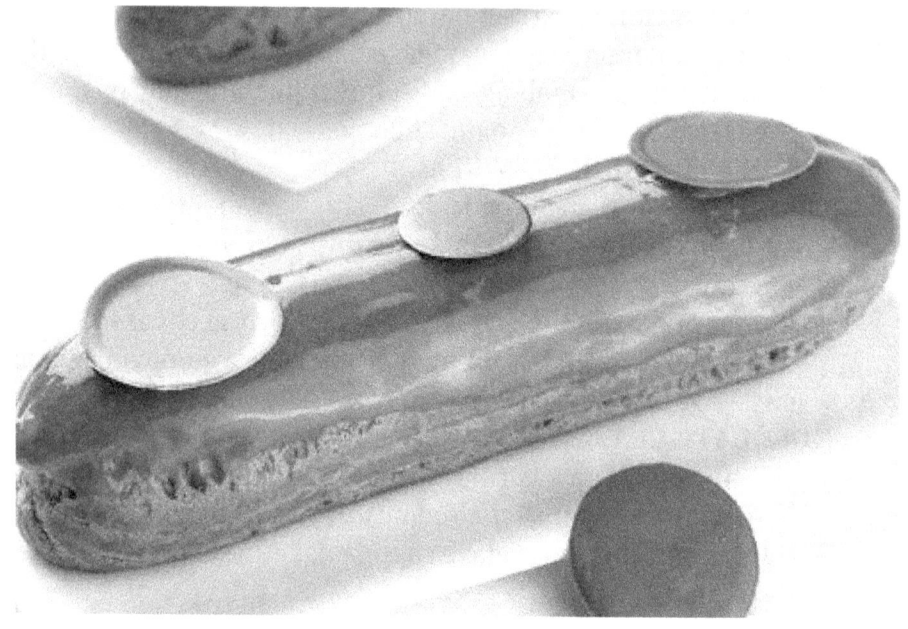

MGA INGREDIENTS:
PARA SA CHOUX PASTRY:
- 1 tasang tubig
- 1/2 tasa unsalted butter
- 1 tasang all-purpose na harina
- 4 malalaking itlog
- 1/2 kutsarita ng asin

PARA SA CHEESECAKE FILLING:
- 2 tasang cream cheese, pinalambot
- 1/2 tasa ng butil na asukal
- 1 kutsarita vanilla extract

PARA SA SALTED CARAMEL SAUCE:
- 1 tasa ng butil na asukal
- 1/4 tasa ng tubig
- 1/2 tasa unsalted butter
- 1/2 tasa ng mabigat na cream
- 1 kutsarita ng asin sa dagat

MGA TAGUBILIN:
CHOUX PASTRY:
a) Painitin muna ang iyong oven sa 400°F (200°C). Iguhit ang isang baking sheet na may parchment paper.
b) Sa katamtamang kasirola, pakuluan ang tubig at mantikilya sa katamtamang init.
c) Idagdag ang harina at asin, patuloy na pagpapakilos hanggang sa maging bola ang timpla.
d) Alisin mula sa init at hayaang lumamig ng ilang minuto.
e) Talunin ang mga itlog nang paisa-isa hanggang sa makinis ang masa.
f) Ilipat ang kuwarta sa isang pastry bag na nilagyan ng malaking bilog na dulo. I-pipe ang 4-inch strips sa inihandang baking sheet.
g) Maghurno ng 15-20 minuto o hanggang mag-golden brown at puffed. Hayaang lumamig nang lubusan ang mga eclair.

CHEESECAKE FILLING:
h) Sa isang mangkok ng paghahalo, talunin ang cream cheese, asukal, at vanilla extract hanggang sa makinis.

i) Kapag lumamig na ang mga eclair, gupitin ang mga ito sa kalahati nang pahalang, at i-pipe o kutsara ang pagpuno ng cheesecake sa ilalim na mga bahagi.

SALTED CARAMEL SAUCE:

j) Sa isang kasirola, pagsamahin ang asukal at tubig sa katamtamang init. Haluin hanggang matunaw ang asukal.
k) Hayaang kumulo ang pinaghalong, paikutin paminsan-minsan hanggang sa maging kulay amber.
l) Idagdag ang mantikilya at haluin hanggang matunaw. Dahan-dahang ibuhos ang mabigat na cream habang patuloy na hinahalo.
m) Alisin mula sa init at ihalo ang asin sa dagat. Hayaang lumamig nang bahagya ang caramel sauce.

ASSEMBLY:

n) Ibuhos ang salted caramel sauce sa cheesecake filling sa bawat eclair.
o) Ilagay muli ang mga tuktok na kalahati ng mga eclair.
p) Palamigin angSalted Caramel Cheesecake Eclairs nang hindi bababa sa isang oras bago ihain. I-enjoy ang makalangit na kumbinasyon ng creamy cheesecake, rich salted caramel, at ang light choux pastry!

90. Pistachio Praline Cheesecake Eclairs

MGA INGREDIENTS:
PARA SA CHOUX PASTRY:
- 1 tasang tubig
- 1/2 tasa unsalted butter
- 1 tasang all-purpose na harina
- 4 malalaking itlog
- 1/2 kutsarita ng asin

PARA SA CHEESECAKE FILLING:
- 2 tasang cream cheese, pinalambot
- 1/2 tasa ng butil na asukal
- 1 kutsarita vanilla extract

PARA SA PISTACHIO PRALINE:
- 1/2 tasa ng shelled pistachios, pinong tinadtad
- 1/2 tasa ng butil na asukal
- 2 kutsarang tubig

PARA SA GLAZE:
- 1/2 tasa ng asukal sa pulbos
- 2 kutsarang gatas
- 1/4 tasa tinadtad na pistachios (para sa dekorasyon)

MGA TAGUBILIN:
CHOUX PASTRY:
a) Painitin muna ang iyong oven sa 400°F (200°C). Iguhit ang isang baking sheet na may parchment paper.
b) Sa katamtamang kasirola, pakuluan ang tubig at mantikilya sa katamtamang init.
c) Idagdag ang harina at asin, patuloy na pagpapakilos hanggang sa maging bola ang timpla.
d) Alisin mula sa init at hayaang lumamig ng ilang minuto.
e) Talunin ang mga itlog nang paisa-isa hanggang sa makinis ang masa.
f) Ilipat ang kuwarta sa isang pastry bag na nilagyan ng malaking bilog na dulo. I-pipe ang 4-inch strips sa inihandang baking sheet.
g) Maghurno ng 15-20 minuto o hanggang mag-golden brown at puffed. Hayaang lumamig nang lubusan ang mga eclair.

CHEESECAKE FILLING:
h) Sa isang mangkok ng paghahalo, talunin ang cream cheese, asukal, at vanilla extract hanggang sa makinis.
i) Kapag lumamig na ang mga eclair, gupitin ang mga ito sa kalahati nang pahalang, at i-pipe o kutsara ang pagpuno ng cheesecake sa ilalim na mga bahagi.

PISTACHIO PRALINE:
j) Sa isang kasirola, pagsamahin ang asukal at tubig sa katamtamang init. Haluin hanggang matunaw ang asukal.
k) Hayaang kumulo ang pinaghalong, paikot-ikot paminsan-minsan hanggang sa ito ay maging ginintuang kayumanggi.
l) Haluin ang pinong tinadtad na mga pistachio, pagkatapos ay agad na ibuhos ang pistachio praline sa ibabaw ng parchment-lined para lumamig at tumigas.
m) Kapag lumamig, hatiin ang praline sa maliliit na piraso.

ASSEMBLY:
n) Iwiwisik ang mga piraso ng pistachio praline sa ibabaw ng pagpuno ng cheesecake sa bawat eclair.
o) Ilagay muli ang mga tuktok na kalahati ng mga eclair.

GLAZE:
p) Sa isang maliit na mangkok, haluin ang pulbos na asukal at gatas hanggang sa makinis.
q) Ibuhos ang glaze sa mga naka-assemble na eclair.

PALAMUTI:
r) Budburan ng tinadtad na pistachio sa ibabaw para sa dagdag na pistachio crunch.
s) Palamigin ang Pistachio Praline Cheesecake Eclairs nang hindi bababa sa isang oras bago ihain. Tangkilikin ang nakakatuwang kumbinasyon ng creamy cheesecake, pistachio praline, at ang light choux pastry!

91.Coconut Cream Cheesecake Eclairs

MGA INGREDIENTS:
PARA SA CHOUX PASTRY:
- 1 tasang tubig
- 1/2 tasa unsalted butter
- 1 tasang all-purpose na harina
- 4 malalaking itlog
- 1/2 kutsarita ng asin

PARA SA CHEESECAKE FILLING:
- 2 tasang cream cheese, pinalambot
- 1/2 tasa ng butil na asukal
- 1 kutsarita vanilla extract

PARA SA COCONUT CREAM FILLING:
- 1 tasang coconut cream
- 1/4 tasa ng asukal sa pulbos
- 1/2 kutsarita katas ng niyog

PARA SA COCONUT TOPPING:
- 1 tasang hinimay na niyog, inihaw

MGA TAGUBILIN:
CHOUX PASTRY:
a) Painitin muna ang iyong oven sa 400°F (200°C). Iguhit ang isang baking sheet na may parchment paper.
b) Sa katamtamang kasirola, pakuluan ang tubig at mantikilya sa katamtamang init.
c) Idagdag ang harina at asin, patuloy na pagpapakilos hanggang sa maging bola ang timpla.
d) Alisin mula sa init at hayaang lumamig ng ilang minuto.
e) Talunin ang mga itlog nang paisa-isa hanggang sa makinis ang masa.
f) Ilipat ang kuwarta sa isang pastry bag na nilagyan ng malaking bilog na dulo. I-pipe ang 4-inch strips sa inihandang baking sheet.
g) Maghurno ng 15-20 minuto o hanggang mag-golden brown at puffed. Hayaang lumamig nang lubusan ang mga eclair.

CHEESECAKE FILLING:
h) Sa isang mangkok ng paghahalo, talunin ang cream cheese, asukal, at vanilla extract hanggang sa makinis.

i) Kapag lumamig na ang mga eclair, gupitin ang mga ito sa kalahati nang pahalang, at i-pipe o kutsara ang pagpuno ng cheesecake sa ilalim na mga bahagi.

Pagpuno ng COCONUT CREAM:

j) Sa isang hiwalay na mangkok, hagupitin ang coconut cream, powdered sugar, at coconut extract hanggang sa mabuo ang soft peak.

k) Dahan-dahang i-fold ang coconut cream mixture sa cheesecake filling.

ASSEMBLY:

l) Pipe o kutsara ang coconut-infused cheesecake filling sa ibabang bahagi ng eclairs.

m) Ilagay muli ang mga tuktok na kalahati ng mga eclair.

COCONUT TOPPING:

n) I-toast ang ginutay-gutay na niyog sa isang tuyong kawali sa katamtamang init hanggang sa ginintuang kayumanggi.

o) Iwiwisik ang toasted shredded coconut sa ibabaw ng filled eclairs para sa masarap na coconut crunch.

p) Palamigin ang Coconut Cream Cheesecake Eclairs nang hindi bababa sa isang oras bago ihain. Tangkilikin ang tropikal na lasa ng niyog na sinamahan ng creamy cheesecake at light choux pastry!

92.Strawberry Cheesecake Eclairs

MGA INGREDIENTS:
PARA SA CHOUX PASTRY:
- 1 tasang tubig
- 1/2 tasa unsalted butter
- 1 tasang all-purpose na harina
- 4 malalaking itlog
- 1/2 kutsarita ng asin

PARA SA CHEESECAKE FILLING:
- 2 tasang cream cheese, pinalambot
- 1/2 tasa ng butil na asukal
- 1 kutsarita vanilla extract

PARA SA STRAWBERRY FILLING:
- 1 tasang sariwang strawberry, hinukay at tinadtad
- 2 kutsarang butil na asukal

PARA SA STRAWBERRY GLAZE:
- 1 tasang sariwang strawberry, hinukay at purong
- 1/4 tasa ng asukal sa pulbos

MGA TAGUBILIN:
CHOUX PASTRY:
a) Painitin muna ang iyong oven sa 400°F (200°C). Iguhit ang isang baking sheet na may parchment paper.
b) Sa katamtamang kasirola, pakuluan ang tubig at mantikilya sa katamtamang init.
c) Idagdag ang harina at asin, patuloy na pagpapakilos hanggang sa maging bola ang timpla.
d) Alisin mula sa init at hayaang lumamig ng ilang minuto.
e) Talunin ang mga itlog nang paisa-isa hanggang sa makinis ang masa.
f) Ilipat ang kuwarta sa isang pastry bag na nilagyan ng malaking bilog na dulo. I-pipe ang 4-inch strips sa inihandang baking sheet.
g) Maghurno ng 15-20 minuto o hanggang mag-golden brown at puffed. Hayaang lumamig nang lubusan ang mga eclair.

CHEESECAKE FILLING:
h) Sa isang mangkok ng paghahalo, talunin ang cream cheese, asukal, at vanilla extract hanggang sa makinis.

i) Kapag lumamig na ang mga eclair, gupitin ang mga ito sa kalahati nang pahalang, at i-pipe o kutsara ang pagpuno ng cheesecake sa ilalim na mga bahagi.

STRAWBERRY FILLING:

j) Sa isang hiwalay na mangkok, pagsamahin ang tinadtad na mga strawberry at butil na asukal.

k) Hayaang mag-macerate ang mga ito nang mga 15 minuto.

ASSEMBLY:

l) Kutsara ang macerated strawberry mixture sa cheesecake filling sa bawat eclair.

m) Ilagay muli ang mga tuktok na kalahati ng mga eclair.

STRAWBERRY GLAZE:

n) Pure sariwang strawberry at ihalo sa powdered sugar upang lumikha ng makinis na glaze.

o) Ibuhos ang strawberry glaze sa mga naka-assemble na eclair.

p) Palamigin ang Strawberry Cheesecake Eclairs nang hindi bababa sa isang oras bago ihain. Tangkilikin ang masarap na kumbinasyon ng creamy cheesecake, matamis na strawberry, at ang light choux pastry!

93. Lemon Cheesecake Eclairs

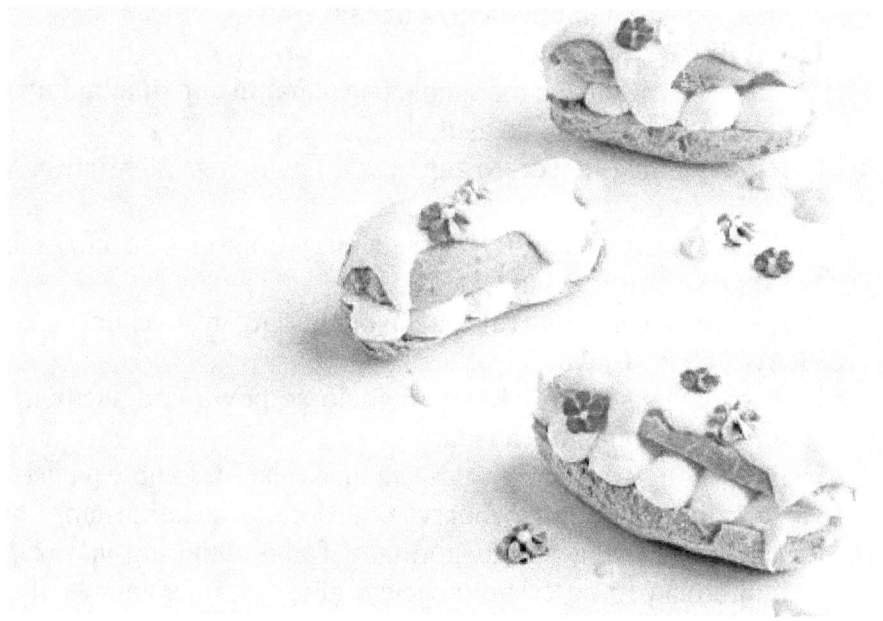

MGA INGREDIENTS:
PARA SA CHOUX PASTRY:
- 1 tasang tubig
- 1/2 tasa unsalted butter
- 1 tasang all-purpose na harina
- 4 malalaking itlog
- 1/2 kutsarita ng asin

PARA SA LEMON CHEESECAKE FILLING:
- 2 tasang cream cheese, pinalambot
- 1/2 tasa ng butil na asukal
- Sarap ng 2 lemon
- 1 kutsarang lemon juice
- 1 kutsarita vanilla extract

PARA SA LEMON GLAZE:
- 1 tasang may pulbos na asukal
- 2 kutsarang lemon juice
- Sarap ng 1 lemon

MGA TAGUBILIN:
CHOUX PASTRY:
a) Painitin muna ang iyong oven sa 400°F (200°C). Iguhit ang isang baking sheet na may parchment paper.
b) Sa katamtamang kasirola, pakuluan ang tubig at mantikilya sa katamtamang init.
c) Idagdag ang harina at asin, patuloy na pagpapakilos hanggang sa maging bola ang timpla.
d) Alisin mula sa init at hayaang lumamig ng ilang minuto.
e) Talunin ang mga itlog nang paisa-isa hanggang sa makinis ang masa.
f) Ilipat ang kuwarta sa isang pastry bag na nilagyan ng malaking bilog na dulo. I-pipe ang 4-inch strips sa inihandang baking sheet.
g) Maghurno ng 15-20 minuto o hanggang mag-golden brown at puffed. Hayaang lumamig nang lubusan ang mga eclair.

LEMON CHEESECAKE FILLING:
h) Sa isang mixing bowl, paghaluin ang cream cheese, asukal, lemon zest, lemon juice, at vanilla extract hanggang makinis.

i) Sa sandaling lumamig na ang mga eclair, gupitin ang mga ito sa kalahati nang pahalang, at i-pipe o kutsara ang pagpuno ng lemon cheesecake sa ibabang bahagi.

LEMON GLAZE:

j) Sa isang maliit na mangkok, haluin ang powdered sugar, lemon juice, at lemon zest hanggang makinis.
k) Ibuhos ang lemon glaze sa mga naka-assemble na eclair.
l) Palamigin ang Lemon Cheesecake Eclairs nang hindi bababa sa isang oras bago ihain. Tangkilikin ang nakakapreskong kumbinasyon ng creamy lemon cheesecake at ang light choux pastry!

ECLAIR INSPIRED RECIPES

94. Mga croissant ng banana eclair

MGA INGREDIENTS:
- 4 Mga frozen na croissant
- 2 parisukat na semi-matamis na tsokolate
- 1 kutsarang Mantikilya
- ¼ tasa ng asukal sa sifted confectioners
- 1 kutsarita ng mainit na tubig; hanggang 2
- 1 tasang vanilla pudding
- 2 medium na saging; hiniwa

MGA TAGUBILIN:

a) Gupitin ang mga frozen na croissant sa kalahating pahaba; sabay alis. Painitin ang frozen croissant sa ungreased baking sheet sa preheated 325°F. oven 9-11 minuto.

b) Matunaw ang tsokolate at mantikilya nang magkasama. Paghaluin ang asukal at tubig upang makagawa ng makukulay na glaze.

c) Ikalat ang ¼ tasa ng puding sa bawat kalahating ibaba ng croissant. Ibabaw na may hiniwang saging.

d) Palitan ang mga croissant top; ambon sa chocolate glaze.

e) maglingkod.

95. Cream Puffs at Éclairs Ring Cake

MGA INGREDIENTS:
- 1 tasang maligamgam na tubig
- 4 na kutsara (½ stick) unsalted butter, hiwa-hiwain
- 1 tasang hindi pinagpaputi na all-purpose na harina o gluten-free na harina
- 4 malalaking itlog, sa temperatura ng kuwarto
- Salty Vanilla Frozen Custard o Salty Goat's-Milk Chocolate Frozen Custard
- Chocolate Glaze (gumamit ng 4 na kutsarang buong gatas)

MGA TAGUBILIN:
a) Painitin muna ang oven sa 400°F.
b) Pagsamahin ang tubig at mantikilya sa isang katamtamang mabigat na kasirola at pakuluan, pagpapakilos upang matunaw ang mantikilya. Ibuhos ang lahat ng harina at ihalo hanggang ang timpla ay bumuo ng isang bola.
c) Alisin mula sa init at ihalo ang mga itlog nang paisa-isa gamit ang electric mixer.

PARA SA CREAM PUFFS
d) Magsandok ng anim na 4-pulgada na indibidwal na tambak ng kuwarta sa isang walang basang cookie sheet (para sa mas maliliit na puff, gumawa ng labindalawang 2-pulgadang tambak). Maghurno hanggang sa ginintuang kayumanggi, mga 45 minuto. Alisin mula sa oven at hayaang lumamig.

PARA SA ÉCLAIRS
e) Maglagay ng pastry bag na may ¼-inch plain tip, pagkatapos ay i-pipe ang anim hanggang labindalawang 4-inch strips sa isang unreased cookie sheet. Maghurno hanggang sa ginintuang kayumanggi, mga 45 minuto. Alisin mula sa oven at hayaang lumamig.

PARA SA RING CAKE
f) Maglagay ng kahit na kutsara ng kuwarta sa isang walang basang cookie sheet upang makagawa ng 12-pulgadang hugis-itlog. Maghurno hanggang sa ginintuang kayumanggi, 45 hanggang 50 minuto. Alisin mula sa oven at hayaang lumamig.

PARA MAGTITIPON

g) Ihanda ang glaze. Hatiin sa kalahati ang cream puffs, éclairs, o ring cake. Punan ang ice cream, at ilagay muli ang (mga) tuktok.
h) Para sa mga cream puff, isawsaw ang tuktok ng bawat puff sa tsokolate. Para sa mga éclair, masaganang kutsara ang glaze sa ibabaw ng mga ito. Para sa ring cake, pukawin ang karagdagang 5 tablespoons ng gatas sa glaze; ibuhos ito sa ibabaw ng ring cake.
i) Upang ihain, ayusin ang mga pastry o hiwa ng cake sa mga plato.

96. Chocolate Almond Croissant Éclairs

MGA INGREDIENTS:
PARA SA PÂTE À CHOUX:
- 1/2 tasa ng tubig
- 1/2 tasa ng buong gatas
- 1/2 tasa unsalted butter, cubed
- 1/2 kutsarita ng asin
- 1 kutsarita ng asukal
- 1 tasang all-purpose na harina
- 4 malalaking itlog, temperatura ng silid

PARA SA CHOCOLATE ALMOND FILLING:
- 1 tasang mabigat na cream
- 1 tasang semisweet chocolate chips
- 1/2 tasa ng almond butter

PARA SA CHOCOLATE GLAZE:
- 1/2 tasa semisweet chocolate chips
- 2 kutsarang unsalted butter
- 1 kutsarang corn syrup

MGA TAGUBILIN

a) Painitin muna ang oven sa 375°F. Iguhit ang isang baking sheet na may parchment paper.

b) Sa isang katamtamang kasirola, pagsamahin ang tubig, gatas, mantikilya, asin, at asukal. Init sa katamtamang apoy hanggang sa matunaw ang mantikilya at kumulo ang timpla.

c) Idagdag ang harina nang sabay-sabay at pukawin nang masigla gamit ang isang kahoy na kutsara hanggang ang timpla ay bumuo ng isang bola at humila palayo sa mga gilid ng kawali.

d) Alisin ang kawali mula sa apoy at hayaang lumamig ng 5 minuto.

e) Idagdag ang mga itlog nang paisa-isa, matalo nang mabuti pagkatapos ng bawat karagdagan, hanggang sa makinis at makintab ang timpla.

f) Pagkasyahin ang isang pastry bag na may malaking bilog na dulo at punuin ng choux pastry.

g) I-pipe ang pastry sa inihandang baking sheet, na bumubuo ng 6-inch long éclairs.

h) Maghurno para sa 25-30 minuto, o hanggang sa ginintuang kayumanggi at puffed.
i) Alisin mula sa oven at hayaang ganap na lumamig.
j) Sa isang katamtamang kasirola, init ang mabigat na cream hanggang sa kumulo lamang.
k) Alisin sa apoy at idagdag ang chocolate chips at almond butter. Haluin hanggang matunaw ang tsokolate at maging makinis ang timpla.
l) Gupitin ang isang maliit na hiwa sa ilalim ng bawat éclair at i-pipe ang pagpuno sa gitna.
m) Sa isang maliit na kasirola, tunawin ang chocolate chips, butter, at corn syrup sa mahinang apoy, patuloy na pagpapakilos, hanggang sa makinis.
n) Isawsaw ang tuktok ng bawat éclair sa chocolate glaze at ilagay sa wire rack para itakda.
o) Opsyonal: Budburan ng hiniwang almond.

97. Mga Chocolate Éclair Bar

MGA INGREDIENTS:
PARA SA MGA ÉCLAIR:
- 15 hanggang 20 vegan Graham crackers, hinati
- 3½ tasang almond milk o iba pang plant-based na gatas
- 2 (3.4-onsa) na pakete ng instant vegan vanilla pudding mix
- 3 tasang Coconut Whipped Cream o binili sa tindahan

PARA SA TOPPING:
- ¼ tasa na walang gatas na chocolate chips
- 2 kutsarang vegan butter, sa temperatura ng kuwarto
- 1½ tasang powdered sugar
- 3 kutsarang almond milk o iba pang plant-based na gatas
- 1 kutsarita ng light corn syrup
- 1 kutsarita vanilla extract

MGA TAGUBILIN:
GAWIN ANG MGA ECLAIR:
a) Sa isang 9-by-13-inch baking pan, i-layer ang kalahati ng crackers, hatiin sa kalahati kung kinakailangan upang magkasya.
b) Sa isang malaking mangkok, pagsamahin ang gatas at instant pudding mix. Paikutin ng 2 minuto. Hayaang tumayo ng 2 hanggang 3 minuto. Dahan-dahang tiklupin ang whipped cream, mag-ingat na huwag ma-deflate, at ikalat nang pantay-pantay sa layer ng crackers. Itaas ang natitirang crackers at palamigin.

GAWIN ANG TOPPING:
c) Sa isang heat-proof glass bowl na nakalagay sa isang palayok na puno ng 2 hanggang 3 pulgada ng kumukulong tubig, init ang chocolate chips at butter, madalas na hinahalo, hanggang sa matunaw.
d) Ihalo ang asukal, gatas, corn syrup, at vanilla.
e) Ikalat sa ibabaw ng layer ng crackers, takpan, at palamigin nang hindi bababa sa 8 oras.
f) Kapag handa nang ihain, gupitin sa mga parisukat.

98. Chocolate Eclair Cake

MGA INGREDIENTS:
- 1 kahon o buong graham crackers
- 2 maliit na kahon ng French Vanilla instant pudding
- 3 tasang gatas
- 1 8 oz. lalagyan Cool Whip
- 1 lata ng gatas na chocolate frosting

MGA TAGUBILIN:
ANG HALO:
a) Pagsamahin ang puding, gatas, at Cool Whip. Haluin hanggang lumapot.

ANG MGA LAYER:
b) Sa ilalim ng isang 9x13 pan, lumikha ng isang layer ng graham crackers.
c) Ibuhos ang kalahati ng pinaghalong puding sa ibabaw ng crackers.
d) Maglagay ng isa pang layer ng graham crackers sa ibabaw ng pinaghalong.
e) Ibuhos ang natitirang kalahati ng pinaghalong sa ibabaw ng graham crackers.
f) Magdagdag ng huling layer ng graham crackers sa ibabaw ng pinaghalong.

ANG FROSTING:
g) Ikalat ang buong ibabaw na may milk chocolate frosting.

ANG BIG CHILL:
h) Palamigin magdamag para maghalo ang mga lasa at mabuo ang dessert.
i) Enjoy!

99.Pistachio Rose Éclair Cake

MGA INGREDIENTS:
PARA SA CHOUX PASTRY:
- 1 tasang tubig
- 1/2 tasa unsalted butter
- 1 tasang all-purpose na harina
- 4 malalaking itlog

PARA SA PAGPUPUNO:
- 2 tasang pistachio rose-flavored pastry cream

PARA SA GLAZE:
- 1/2 tasa puting tsokolate, tinadtad
- 1/4 tasa unsalted butter
- Ilang patak ng rose water o rose extract
- Dinurog na pistachios (para sa dekorasyon)

MGA TAGUBILIN:
CHOUX PASTRY:
a) Painitin muna ang iyong oven sa 375°F (190°C) at lagyan ng parchment paper ang isang baking sheet.
b) Sa isang kasirola, pagsamahin ang tubig at mantikilya. Init sa katamtamang apoy hanggang sa matunaw ang mantikilya at kumulo ang timpla.
c) Alisin mula sa init, idagdag ang harina, at pukawin nang masigla hanggang sa ang timpla ay bumubuo ng isang bola.
d) Hayaang lumamig ang kuwarta sa loob ng ilang minuto, pagkatapos ay idagdag ang mga itlog nang paisa-isa, matalo nang mabuti pagkatapos ng bawat karagdagan.
e) Ilipat ang kuwarta sa isang piping bag at pipe éclair shapes papunta sa inihandang baking sheet.
f) Maghurno ng mga 30 minuto o hanggang sa maging golden brown. Hayaang lumamig.

PAGPUPUNO:
g) Maghanda ng pistachio rose-flavored pastry cream. Pagsamahin ang mga ground pistachio at isang pahiwatig ng rose water o rose extract sa isang klasikong pastry cream recipe o gumamit ng pre-made pistachio rose-flavored pastry cream.
h) Punan ang mga éclair ng pistachio rose-flavored pastry cream gamit ang piping bag o maliit na kutsara.

GLAZE:
i) Sa isang mangkok na hindi tinatablan ng init, tunawin ang puting tsokolate at mantikilya sa isang double boiler.
j) Alisin mula sa init, magdagdag ng ilang patak ng rosas na tubig o katas ng rosas, at haluin hanggang makinis.
k) Isawsaw ang tuktok ng bawat éclair sa puting chocolate glaze, na tinitiyak ang pantay na saklaw. Hayaang tumulo ang labis.
l) Iwiwisik ang mga durog na pistachio sa ibabaw ng glazed éclairs para sa dekorasyon.
m) Ilagay ang glazed éclairs sa refrigerator upang payagang mag-set ang glaze.
n) Ihain nang malamig at tamasahin ang kakaibang kumbinasyon ng pistachio at rose flavor sa Pistachio Rose Éclair Cake!

100. Maple Bacon Éclair Bites

MGA INGREDIENTS:
PARA SA CHOUX PASTRY:
- 1 tasang tubig
- 1/2 tasa unsalted butter
- 1 tasang all-purpose na harina
- 4 malalaking itlog

PARA SA PAGPUPUNO:
- 2 tasang maple-flavored pastry cream
- (Pagsamahin ang maple syrup o maple extract sa isang klasikong pastry cream recipe o gumamit ng pre-made maple-flavored pastry cream.)

PARA SA BACON TOPPING:
- 1/2 cup na niluto at durog na bacon

PARA SA MAPLE GLAZE:
- 1/2 tasa ng maple syrup
- 1/4 tasa unsalted butter
- 1 tasang may pulbos na asukal

MGA TAGUBILIN:
CHOUX PASTRY:
a) Painitin muna ang iyong oven sa 375°F (190°C) at lagyan ng parchment paper ang isang baking sheet.
b) Sa isang kasirola, pagsamahin ang tubig at mantikilya. Init sa katamtamang apoy hanggang sa matunaw ang mantikilya at kumulo ang timpla.
c) Alisin mula sa init, idagdag ang harina, at pukawin nang masigla hanggang sa ang timpla ay bumubuo ng isang bola.
d) Hayaang lumamig ang kuwarta sa loob ng ilang minuto, pagkatapos ay idagdag ang mga itlog nang paisa-isa, matalo nang mabuti pagkatapos ng bawat karagdagan.
e) Ilipat ang kuwarta sa isang piping bag at pipe éclairs papunta sa inihandang baking sheet.
f) Maghurno ng mga 30 minuto o hanggang sa maging golden brown. Hayaang lumamig.

PAGPUPUNO:

g) Maghanda ng maple-flavored pastry cream. Pagsamahin ang maple syrup o maple extract sa isang klasikong recipe ng pastry cream o gumamit ng pre-made na maple-flavored pastry cream.
h) Punan ang éclairs ng maple-flavored pastry cream gamit ang piping bag o maliit na kutsara.

BACON TOPPING:
i) Magluto ng bacon hanggang malutong, pagkatapos ay gumuho ito sa maliliit na piraso.
j) Iwiwisik nang husto ang durog na bacon sa ibabaw ng mga napunong éclair, na tinitiyak ang pantay na saklaw.

MAPLE GLAZE:
k) Sa isang kasirola, pagsamahin ang maple syrup at mantikilya. Init sa katamtamang init hanggang sa makinis ang timpla.
l) Alisin mula sa init, idagdag ang powdered sugar, at haluin hanggang ang glaze ay mahusay na pinagsama.
m) Ibuhos ang maple glaze sa ibabaw ng bacon-topped éclairs, na tinitiyak ang pantay na saklaw.
n) Ihain ang pinalamig at tamasahin ang matamis at malasang lasa ng Maple Bacon Éclair Bites!

KONGKLUSYON

Habang tinatapos namin ang aming napakasarap na paglalakbay sa pamamagitan ng "PINAKAMAHUSAY PRANSES ÉCLAIRS GABAY," umaasa kaming naranasan mo ang kagalakan ng pag-master ng sining ng paggawa ng éclair at paglikha ng mga French delight na ito sa iyong sariling kusina. Ang bawat recipe sa loob ng mga page na ito ay isang pagdiriwang ng katumpakan, kagandahan, at indulgence na hatid ng mga éclair sa iyong mesa—isang patunay ng kasiyahan sa pagkamit ng mga resulta ng kalidad ng panaderya sa bahay.

Natikman mo man ang mga klasikong chocolate éclair, nag-eksperimento sa mga variation na puno ng prutas, o naperpekto ang sining ng silky pastry cream, nagtitiwala kami na ang mga recipe at diskarteng ito ay nagbigay inspirasyon sa iyo na yakapin ang mundo ng mga éclair nang may kumpiyansa. Higit pa sa mga sangkap at hakbang, nawa'y ang konsepto ng paggawa ng mga French éclair ay maging mapagkukunan ng pagmamalaki, pagkamalikhain, at kagalakan ng pagbabahagi ng mga katangi-tanging pagkain sa pamilya at mga kaibigan.

Habang nagpapatuloy ka sa iyong paglalakbay sa pagluluto, nawa'y ang "PINAKAMAHUSAY PRANSES ÉCLAIRS GABAY" ang iyong mapagkakatiwalaang kasama, na magbibigay sa iyo ng kaalaman at inspirasyon upang lumikha ng iba't ibang éclair na nagpapakita ng iyong mga kasanayan at magdala ng kakaibang kagandahan ng Paris sa iyong tahanan. Narito ang pag-master ng sining ng paggawa ng éclair at pagtikim ng matatamis na sandali ng tagumpay—bon appétit!

www.ingramcontent.com/pod-product-compliance
Lightning Source LLC
Chambersburg PA
CBHW071301110526
44591CB00010B/734